மூன்றாம் பிறை

வாழ்வனுபவங்கள்

மம்முட்டி

தமிழில்: கே.வி.ஷைலஜா

மூன்றாம் பிறை	:	வாழ்வனுபவங்கள்
மலையாள மூலம்	:	மம்முட்டி
தமிழில்	:	கே.வி.ஷைலஜா
	:	© ஆசிரியருக்கு
முதற்பதிப்பு	:	டிசம்பர் 2010
ஒன்பதாம் பதிப்பு	:	ஜூலை 2023
வெளியீடு	:	வம்சி புக்ஸ்
		19, டி.எம்.சாரோன்,
		திருவண்ணாமலை - 606 601
		9445870995, 04175 - 235806
அச்சாக்கம்	:	மணி ஆப்செட், சென்னை - 600 077
விலை	:	₹ 150/-
ISBN	:	978-93-80545-37-0

Moondram Pirai	:	Vazhvanupavangal
From Malayalam	:	Mammootty
In Tamil	:	K.V. Shylaja
	:	© Author
First Edition	:	December 2010
Nighth Edition	:	July - 2023
Published by	:	Vamsi books
		19.D.M.Saron,
		Tiruvannamalai - 606 601
		9445870995, 04175 - 235806
Printed by	:	Mani Offset, Chennai - 600 077
	:	₹ 150/-
ISBN	:	978-93-80545-37-0

www.vamsibooks.com - e-mail: kvshylajatvm@gmail.com

என்னை எழுத வைத்து காத்திருந்த
வம்சிக்கும் மானசிக்கும்

மம்முட்டி

கேரள நடிகர் என்று சுருக்கிவிட முடியாமல் இந்திய நடிகராக தன் திறமையால் தகவமத்துக் கொண்ட முகம்மது குட்டி என்ற மம்முட்டி கேரளாவில் கோட்டயத்திற்குப் பக்கத்தில் 'செம்பு' என்ற கிராமத்தில் இஸ்மாயில் ஃபாத்திமா தம்பதிகளின் மகனாகப் பிறந்தார்.

எர்ணாகுளம் மகாராஜாஸ் கல்லூரியிலும்,எர்ணாகுளம் சட்டக் கல்லூரியிலும் படித்தவர். சினிமா நடிகனாக மிகவும் புகழ் பெற்ற மம்முட்டி மலையாளம், தமிழ், தெலுங்கு,கன்னடம், ஹிந்தி, மராத்தி மற்றும் ஆங்கிலம், போன்ற மொழிகளில் நடித்துக் கொண்டிருக்கிறார்.

1979-ல் 'கனவுகள் விற்பனைக்கு இருக்கிறது' (வில்கானுண்டு சொப்னங்கள்) என்ற படத்தின் மூலம் சினிமாவிற்கு வந்தவர். 420 க்கும் மேற்பட்ட படங்களில் நடித்து சிறந்த நடிகருக்கான விருதினை தேசிய அளவில் மூன்று முறையும் மாநில அளவில் ஏழு முறையும் பெற்றிருக்கிறார். பதினோரு முறை ஃபிலிம் ஃபேர் அவார்டு பெற்றிருக்கிறார். இந்தியாவின் உயரிய விருதாகிய பத்மஸ்ரீ பட்டம் பெற்றவர்.

மனைவி- சுல்ஃபத்,

மகள் : சுருமி, மருமகன் : சயீத்,

மகன் : துல்கர்சல்மான், மருமகள் : அமல் சூஃபியா

கே.வி.ஷைலஜா

தமிழ் மண்ணில் வளர்ந்தாலும் தன் தாய் பூமியான கேரளாவின், மழைநீரில் பாசி படர்ந்த குளிர் மணத்தை தனக்குள்ளே தக்கவைத்துக் கொண்டிருப்பவர்.

மலையாளக் கவிஞர் பாலச்சந்திரன் சுள்ளிக்காடு எழுதிய சிதம்பர நினைவுகள் கட்டுரைத் தொகுப்பு மொழிபெயர்க்கவே, பேச மட்டும் தெரிந்த தாய்மொழியான மலையாளத்தை வாசிக்கவும் கற்றுக் கொண்டார்.

அதன்பிறகு என்.எஸ்.மாதவன், மம்முட்டி, கெ. ஆர்.மீரா, கல்பட்டா நாராயணன், சிஹாபுதின் பொய்த்தும்கடவு, எம்.டி.வாசுதேவன் நாயர், பாக்கியலஷ்மி, உமா பிரேமன் ஆகியோரது படைப்புகளையும் மொழிபெயர்த்திருக்கிறார். முத்தியம்மா, உருவமற்ற என் முதல் ஆண் என்ற இரண்டு கட்டுரைத் தொகுப்புகள் நேரடியாகத் தமிழிலும், தென்னிந்தியச் சிறுகதைகள் (தமிழ், மலையாளம், தெலுங்கு, கன்னடம்), பச்சை இருளனின் சகா பொந்தன் மாடன் (தமிழ், மலையாளம்) என்ற தொகுப்புகளையும் தமிழுக்குத் தந்திருக்கிறார்.

கலை இலக்கியப் பேரவை விருது, திருப்பூர் தமிழ்ச் சங்க விருது, கனடா தோட்ட விருது, பெண் படைப்பாளிக்களுக்கான

சக்தி விருது, மொழிபெயர்ப்புக்கான கலை இலக்கிய விருது பெற்றிருக்கிறார். கேரள மண்ணிலிருந்து அவர்களின் படைப்பாளிகளைத் தமிழுக்கு கொண்டு வந்ததற்காக 'காலியத் தாமோதரன் விருது' வழங்கி கௌரவித்திருக்கிறது.

வம்சி புக்ஸ் என்ற பதிப்பகம் தொடங்கி நானூறுக்கும் மேற்பட்ட புத்தகங்களைப் பதிப்பித்திருக்கிறார். ஐந்து புத்தகங்களுக்குத் தமிழக அரசின் சிறந்த பதிப்பாளருக்கான விருதினைப் பெற்றிருக்கிறார்.

வாழ்வியல் நாவலான உமாபிரேமனின் 'கதை கேட்கும் சுவர்கள்' தமிழிலும், மலையாளத்திலும், தெலுங்கிலும், ஹிந்தியிலும் திரைப்படமாக வெளிவரவிருக்கிறது.

இவருடைய சிதம்பர நினைவுகள் மற்றும் தென்னிந்தியச் சிறுகதைகள் தமிழகத்தின் சில கல்லூரிகளில் பாடமாக வைக்கப்பட்டிருக்கின்றன.

தற்போது மாற்றியமைக்கப்பட்ட பன்னிரெண்டாம் வகுப்பு தமிழ்ப் பாட நூலில் சிதம்பர நினைவுகள் புத்தகத்திலிருந்து ஒரு பகுதியை தமிழக அரசு இணைத்துள்ளது.

சஹிதா என்ற புதினத்தின் வழி புனைவுலகத்திற்கு வருகிறார்.

மொழிபெயர்ப்புகள் :

கட்டுரைகள் :

1. சிதம்பர நினைவுகள் - பாலசந்திரன் சுள்ளிக்காடு

2. மூன்றாம் பிறை - மம்முட்டி (வாழ்வனுபங்கள்)

3. முத்தியம்மா (தமிழிலேயே எழுதப்பட்ட கட்டுரைகள்)

4. உருவமற்ற என் முதல் ஆண் (தமிழிலேயே எழுதப்பட்ட கட்டுரைகள்)

சிறுகதைகள்:

5. சர்மிஷ்டா - என்.எஸ்.மாதவன்
6. சூர்ப்பனகை - கெ.ஆர். மீரா
7. யாருக்கும் வேண்டாத கண் - சிஹாபுதின் பொய்த்தும்கடவு

நாவல் :

8. சுமித்ரா - கல்பட்டா நாராயணன்
9. இறுதியாத்திரை - எம்.டி. வாசுதேவநாயர்
10. ஸ்வரபேதங்கள் - பாக்யலஷ்மி
11. கதை கேட்கும் சுவர்கள் - ஷாபு கிளித்தட்டில்

தொகுப்பு நூல்கள் :

12. பச்சை இருளனின் சகா பொந்தன் மாடன்
    (தமிழ் - மலையாளச் சிறுகதைகளின் தொகுப்பு)
13. தென்னிந்தியச் சிறுகதைகள்
    (தமிழ் - மலையாள - கன்னட - தெலுங்குச் சிறுகதைகளின் தொகுப்பு)

கணவர் : பவா செல்லதுரை
பிள்ளைகள் : மகன் வம்சி, மகள். மானசி

வீடு : 19.டி.எம்.சாரோன்,
திருவண்ணாமலை
பேச : 9445870995
எழுத : kvshylajatvm@gmail.com

நன்றி பகிர்தலாக...

அன்பு, உலகின் ஒரே மொழியாய் தன் கண்ணிகளில் ஒவ்வொருவரையும் கோர்த்துக் கொண்டே போவதில் புதியபுதிய பரிணாமங்களைக் காட்டி நிற்கிறது. சமூகத்தின் ஏதேதோ அடுக்குகளின் கறை ஏதும் படியாமல் பத்து வருடங்களுக்கும் மேலாக குடும்பரீதியான நட்பில் நடிகர் மம்முட்டியும் அதில் ஒரு கண்ணியானார்.

எ‌ன்னுடைய முதல் மொழிபெயர்ப்பு புத்தகமான 'சிதம்பர நினைவுகள்' படித்த அவர் தன்னுடைய 'காழ்ச்சப்பாடு' என்ற புத்தகத்தைத் தமிழில் கொண்டுவரக் கேட்டிருந்தார். பல்வேறு சூழல்களால் தாமதமான இத்தொகுப்பு இப்போது வெளிவருகிறது. இத்தருணத்தில் நண்பர் மம்முட்டிக்கு என் எளிமையான அன்பும் நன்றியும்.

தான் பார்த்த காட்சிகள், சந்தித்த மனிதர்கள், நிகழ்வுகள் எல்லாவற்றையும் சம்பவங்கள் என்று ஒதுக்கித் தள்ளாமல் அவற்றின் மீதான சமூகப்பார்வையை மம்முட்டி இந்தப் புத்தகத்தில் பதிவு செய்கிறார். அதில் தத்துவார்த்தமான பரிமாணங்களை நாம் தரிசிக்க முடிகின்றன.

முதல் பதிப்பு தீர்ந்து போய் புத்தகம் கிடைக்காமல் நான் தேடும் முயற்சியில் இருந்தபோது, காத்திருந்து இரண்டாம் பதிப்பு வந்தவுடன் வாங்கி அனுப்பிய திரைப்படத் துறை நண்பர்கள் கிரிக்கும்(சென்னை) எஸ்.எச். கார்த்திக்கும் (திருவனந்தபுரம்) என் நன்றி.

இந்தப் புத்தகத்திற்கு பொருத்தமான தலைப்பாய் 'மூன்றாம்பிறை' முடிவானபோது இயக்குனர். பாலு மகேந்திராவிடம் அனுமதி கேட்டேன். எந்தத் தயக்கமுமின்றி அனுமதித்து, 'மூன்றாம்பிறையில்தான் நல்ல விஷயங்கள் செய்வார்கள், மூன்றாம்பிறை கண்ணுக்குப் பெரிதாய்த் தெரியாது. சட்டென மறைந்துவிடும். ஆனால் மிக முக்கியமானது' என்று விளக்கமும் தந்த, அப்பாவுக்கு மகளின் பிரியங்கள்.

இந்தத் தொகுப்பின் தயாரிப்பில் உதவிய கே.வி. ஜெயஸ்ரீ, சுஜாதா, பவா, இயக்குனர். ராம், புத்தகத்தை வடிவமைத்த மோகனா என எல்லா நண்பர்களுக்கும் என் நன்றி. .

எளிமையான அன்போடு.
கே.வி. ஷைலஜா
kvshylajatvm@gmail.com

உள்ளே....

1. பிடிக்காமலிருந்த என் பெயர் 13
2. மம்முட்டிக்கு பயங்கர கர்வமோ? 18
3. என் காதல் ஒரு கள்ள நாணயம் 23
4. ரதீஷ் 28
5. கைம்மாறு 34
6. மூன்றாம் பிறை 39
7. முதல் ரசிகனின் ரத்தம் தோய்ந்த முகம் 44
8. ஃபரீதிக்கா- வாழ்வின் நிறைவு 50
9. கர்வம் 55
10. வெறுமை 60
11. ஆக்ஷன் பாபு 66
12.. வி ஆர் மலையாளிஸ் 71

13. காஷ்மீரில் ரட்சகன் 76

14. கற்றுணர்தல் 84

15. துயரத்தின் பாடல் 88

16. வேகத்தின் விலை 94

17. விருந்தினர்கள் 99

18. கடவுள் கண்மூடிக்கொள்ளும் தருணம் 105

19. லஞ்சத்தின் வேர் 110

20. கம்ப்யூட்டர் 115

21. மரவள்ளிக் கிழங்கும் மாட்டிறைச்சியும் 120

22. நோன்பின் நினைவு 125

23. சொர்க்கவாசல் திறக்கும் இரவு 131

பிடிக்காமலிருந்த என் பெயர்

என்னுடைய அப்பாவிற்கும் அம்மாவிற்கும் கூட ஓமர் ஷெரீஃபை யாரென்று தெரியாது. ஆனால், எர்ணாகுளம் மகாராஜாஸ் கல்லூரியில் படிக்கும் பல மாணவர்களுக்கும் அவனைத் தெரிந்திருந்தது. அவர்கள் பிரியம் மீதூற அவனை ஓமரென்றும் ஷெரீஃப் என்றும் அழைத்தார்கள்.

எகிப்தின் நடிகனான உமர் ஷெரீஃப்பாக ஆக வேண்டுமென்று உள்ளூர நினைத்த அந்தப் பையன், தானும் அப்படி அறியப்பட வேண்டுமென்ற கனவோடும் எதிர்பார்ப்போடும் கண்களில் மாயையேற்று கல்லூரி வளாகத்தை வண்ண மயமாக்கிக் கொண்டிருந்தான்.

ஆனால், ஒருநாள் அவனுடைய புத்தகத்திலிருந்து கல்லூரியின் அடையாள அட்டை கீழேவிழுந்தது. அதைக் கண்டெடுத்த சகமாணவன் சசிதரன் கத்திக் கூப்பிட்டான். "டேய் உன்னோட பேரு முகம்மது குட்டி தானே. அட திருட்டுப் பையா, வேற பேரில் அலயறயாடா மம்முட்டி. ஹா... ஹா.... நீ மம்முட்டி தானேடா ஓமர் ஷெரீஃபே?"

வாழ்வில் முதல் முறையாக நான் 'மம்முட்டி' என சசிதரனால் அழைக்கப்பட்டேன். பிறகு முழுவதும் நான் மம்முட்டியாக அறியப்பட்டேன்

அப்பெயர் இன்றளவும் என்னைப் பின்தொடர்கிறது. ஷெரீஃப் என்ற பெயருடன் இருந்திருந்தால் நான் இணக்கமாக மக்களிடம் போயிருப்பேனா என்பது சந்தேகமே.

எர்ணாகுளம் மகாராஜாஸ் கல்லூரியில் பி.ஏ. படிக்கச் சேர்ந்த போதுதான் பி. முகம்மது குட்டி என்ற என்னுடைய பெயர் மிகவும் பட்டிக்காட்டுத்தனமாகத் தோன்றியது. சிலர் என்னை மிகவும் கொச்சையாக மெகம்மது குட்டி என்றும் கூப்பிட்டார்கள். அப்பாவும், அம்மாவும் அன்றும் இன்றும் 'மம்முது குஞ்ஞே'' என்றுதான் கூப்பிடுகிறார்கள். எனக்குத் தெரிந்தவர்கள் யாரும் இந்தக் கல்லூரியில் இல்லை என்பதால், நான் என் பெயரை 'உமர் ஷெரீப்'' என்று மாற்றிப் பார்க்க ஆசைப்பட்டேன்.

திலீப்குமார் யூசுஃப் கானாகவும், ப்ரேம் நசீர் அப்துல் காதராகவும் இருந்தவர்கள்தானே, கெ.பி. உம்மர் சினேகஜன் என்று மாறி பார்க்கவில்லையா, அதனால் தான் பெயர் மாற்றம் என்னை அதிக மக்களிடம் கொண்டு போய் சேர்க்கும் என்று நினைத்தேன். உமர் ஷெரீஃபாக மாற நினைத்தது என் அப்பாவுக்கும் அம்மாவுக்கும்கூடத் தெரியாது. ஆனால் அன்று என்னுடன் இருந்த மிகச்சிலருக்கு அது தெரிந்திருந்தது.

கல்லூரியில் எல்லோரும் மம்முட்டி என்று கூப்பிடும்போது இந்தப் பெயர் சரியில்லையே என்ற எண்ணம் என்னுள் ஓடிக்கொண்டே இருக்கும். என்னுடைய அப்பாவின் அப்பா பெயர் முகம்மது குட்டி. அப்படி பரம்பரை வழியாகத்தான் எனக்கு

இந்தப் பெயர் வந்திருந்தது. ஆனாலும் மம்முட்டி எனும் பெயரின் யதார்த்த வேர் தீர்க்கதரிசியான முகம்மதிலிருந்தே வந்திருந்தது.

இப்போதிருக்கிற பலருடைய பெயருக்கும் அதனுடைய வேருக்கும் இடையிலான பந்தம் மிகவும் சுவாரசியமானவை. சேகரன்குட்டி என்ற பெயர்தான் சேகு, சேக்கு, செக்குட்டி, சேக்குண்ணி என்றெல்லாம் ஆனது. சமஸ்கிருத ருசியுடைய தேவனின்(Dhevan) பெயர்தான் அடித்தட்டு மக்களிடம் போய்ச் சேரும் போது தேவன் (Thevan) என்று ஆகிறது.

வேலாயுதன் என்ற பெயர்தான் வேலுப்பிள்ளை, வேலுக்குட்டி, வேலாண்டி, வேலன், வேலு என்றெல்லாம் ஆனது. ஜேக்கப் என்பது சாக்கோ, சாக்கோச்சி, சாக்கு, சாக்குண்ணி என்றெல்லாம் மாறிப் போனது, குட்டப்பன் என்கிற பெயர் பிடிக்காததால் நண்பனொருவன் கெசட்டில் விளம்பரம் கொடுத்து பிரகாசன் என்று பெயரை மாற்றினான். பிறகும் அவன் பிரகாசன் குட்டப்பன் என்றுதான் அறியப்பட்டான். பெயர் மாற்றம் பல நேரங்களில் இப்படித்தான் துக்கத்தில் முடிகிறது.

மம்முட்டி என்கிற பெயரைக் கேட்கும்போது மனதில் உயர்ந்தெழும் உருவம் வடகேரளத்தில் மலபாரிலுள்ள முதியவருக்கானது. இது எப்படி வந்தது என்றெனக்குத் தெரியாது. முதல் முதலாக என்னைத் தேடி வந்த சினிமா வாய்ப்பு இந்தப் பெயரில்தான் வந்தது. மஞ்ஞேரியில் அட்வகேட் பி.எ. முகம்மதுகுட்டி என்ற பெயர்ப் பலகை வைத்திருந்த நாட்களில் ஒரு மத்தியான வெயிலில் போஸ்ட் மேன் விசாரித்தபடியே வந்தார். அவருடைய கையில் அட்வகேட். மம்முட்டிக்கு ஒருகடிதம் இருந்தது. இப்படி ஒரு வக்கீலை அந்த ஏரியாவில் போஸ்ட் மேன் அறிந்தவரில்லை. ஜனசக்தி ஃபிலிம்சிலிருந்து

எம்.டி. வாசுதேவன் நாயர் அந்தக் கடிதத்தை அனுப்பியிருந்தார். இது எனக்காகத்தானிருக்கும் என்ற நம்பிக்கையில் நான் வாங்கினேன். கல்லூரியில் அதன் பழமைத் தன்மையை யோசித்து விட்டொழித்து விடவேண்டும் என்று நான் நினைத்த பெயர், இங்கே மீண்டும் என்னை, சினிமாவிற்குக் கொண்டு செல்லத், தேடியலைந்து கண்டெடுத்தது.

மூன்றாவது படத்தில் நடித்துக் கொண்டிருந்தபோது பி.ஜி. விஸ்வாம்பரன் மீண்டும் என் பெயரை மாற்றினார். ஜாதியும் மதமும் புரிபடாத ஒரு பெயராக இருந்தால் அனைத்துத் தரப்பிலிருந்தும் கொண்டாடுபவர்கள் இருப்பார்கள்.

அக்கருத்தில் எனக்கும் முழு உடன்பாடிருந்தது.. படத்திற்கான போஸ்டர் அடித்த போது 'சஜில்' என்று மாற்றி அடைப்புக்குறிக்குள் மம்முட்டி என அச்சடித்திருந்தார். படம் வெளியாவதற்கு முன், வெளியிலிருந்த பெயர் போய் அடைப்புக்குறிக்குள் இருந்த பெயர் மட்டுமே மீதியாக இருந்தது. அங்கேயும் மம்முட்டி என்னைப் பின் தொடர்ந்திருந்தார்.

மனதால் வெறுக்கவும், எதிர்க்கவும், வேதனைப்படவும் வைத்த பெயர்தான் பிறகு என்னை எல்லோருக்கும் அறிய வைத்தது. வெளிநாடுகளில் 'மாம்டி, மம்உட்டி, மாமுட்டி' என்றெல்லாம் பலரும் அழைத்தபோது அதன் அடிப்படையில் வடகேரளத்தில் மலபாரில் வயதான தேய்ந்துபோன உருவமும் பெயரும்தான் நினைவிற்கு வரும். அந்தப் பெயர் என்னைப் பலநேரங்களில் ஆள்கூட்டத்தில் தனியனாய் அடையாளப்படுத்திடவும், நெருங்கவும், கரைந்து உருகவும் உதவியது என்பதென்னவோ உண்மைதான்.

குழந்தை பிறந்தவுடன் மனித உன்னதம், அடையாளம், கௌரவம், ஆதர்ஷம் என்பதெல்லாம் இல்லாமல் பெற்றோரும், நமக்கு வேண்டியவர்களும் வைப்பதுதானே பெயர், என் வாழ்வில் மம்முட்டியை என்னால் யோசிக்க முடியவில்லை. உதறி எறியப் பார்த்தும் மம்முட்டி என்னைப் பின்தொடர்ந்து கொண்டேயிருந்தார்.

அப்பாவும், அம்மாவும் 'மம்மது குஞ்ஞே' என்று கூப்பிடும் போது அவ்வார்த்தையில் அதிக வாஞ்சை இருப்பதாகத் தோன்றும். பெயர்களை நாம்தான் பிரியமானதாக மாற்றிக் கொள்கிறோம். ஆனால் என் பெயர் எல்லோராலும் உச்சரிக்கப்பட்டு, உச்சரிக்கப்பட்டு எல்லோருக்கும் பிடித்தமானதாக மாறியிருக்கிறது. அழைத்தலின் பின்னுள்ள அன்பும், பரிவும்தான் பெயரைச் சந்தோஷமாக்குகிறது. என் பெயருக்கு இத்தனை பாசத்தைக் கொடுத்த எல்லோரின் அன்பைப் பொத்திப் பாதுக்காகவும் மேலும் அவர்களை ஆத்மார்த்தமாக நேசிக்கவும் தான் நான் சிரமப்பட வேண்டியிருக்கிறது. நடிப்பிலும், அரிதாரத்திலும் அதன் பின்னாலும் அந்தச் சிரமத்தை நான் புன்னகையோடு ஏற்றுக் கொள்கிறேன்.

மம்முட்டிக்கு பயங்கர கர்வமோ?

நான் அமிதாப் பச்சனுடன் பங்கு பெற்ற அந்த நிகழ்ச்சியை வாழ்நாளில் மறக்க முடியாது. அதை மறக்க முடியாமல் போனது அந்நிகழ்ச்சியின் மகத்துவத்தினால் அல்ல, மாறாக மலையாளியின் மனதில் நான் கண்டுணர்ந்த கசடுதான் காரணமானது.

பச்சனும் நானும் அருகருகே அமர்ந்திருந்தோம். சினிமாவில் புகழ் பெற்ற பலரும் வணங்கி மரியாதை செலுத்தியபடி எங்களைக் கடந்து போனார்கள். யார் வந்தாலும் சிரிப்புடன் நெஞ்சில் கைவைத்து மரியாதை செலுத்தினேன். ஆனால் அமிதாப்பச்சன் பெண்கள் வந்தபோது அவர்களுடைய வயதிற்கு தகுந்தாற்போல நாற்காலியிலிருந்து எழுந்து மரியாதை செலுத்தினார். நான் மிகவும் வெட்கப்பட்ட தருணமாயிருந்தது அது.

மலையாளிகளாகிய நாம் பெண்களுக்கு எழுந்து நின்று மரியாதை செலுத்துவதில்லை என்பது மட்டுமல்ல, ஆண்கள் வரும்போது பெண்கள் எழுந்திருக்க வேண்டும் என்றும் எதிர்பார்க்கிறோம். நமக்கு எல்லாவற்றின் மீதும் எப்போதும் அலட்சியம் இருக்கிறது. நமக்குப் பிறர் மரியாதை தரவேண்டும் என்பதை நம் வாழ்வின் எதிர்பார்ப்பாக நினைக்கிறோம்.

பேருந்துகளில் பெண்களின் இருக்கைகளில் நாம் உட்கார்ந்திருந் தாலும் எழுந்து அவர்களுக்கு இடம் கொடுக்க யோசிப்போம். ஆனால் கடைக்கோடி கிராமத்தில் வாழும், எழுத்துக்கூட்டி வாசிக்கக்கூடத் தெரியாத வட இந்தியனோ, தமிழனோ, தெலுங்கனோ பெண்களுக்காக எழுந்திருப்பான். பேருந்திலாக இருந்தால் உட்காரச் சொல்லி நின்று பயணிப்பார்கள்.

பெண்களின் மீதான அவமதிப்பு மலையாளிகளின் பழைய பாரம்பரியமில்லை என்பது நிஜம். நம் பண்டைய இலக்கியங்களில் எல்லாம் காதலன், காதலியை பகவதி, தேவி என்றுதான் கூப்பிட்டிருக்கிறான். அங்கிருந்து வந்த இப்பதங்கள் நம் மொழியிலிருந்தும் இப்போது மாயமாயிருக்கின்றன. திருமண நிகழ்வுகளில் கூட இப்போது மரியாதை செலுத்தும் வழக்கமில்லை. இந்த மரியாதையின்மை நம் ரத்தத்தில் கரைந்ததின் பலனை நாம் அனுபவிக்காமலில்லை. யாருக்கும் அடங்கி அடிமையாய் வாழமுடியாது என்கிற மனசுதான் எவ்வளவோ வரலாற்றுப் போராட்டங்களுக்கு நம்மைக் கொண்டு சென்றிருக்கிறது. அதனுடைய பலனைப் பாவப்பட்ட லட்சக்கணக்கான மக்கள் அனுபவிக்கவும் செய்கிறார்கள். ஆனால் அதெல்லாம் இதை நியாயப்படுத்தக் கூடியதல்ல.

தமிழ்நாட்டில் பரஸ்பரம் 'சார்' என்றுதான் கூப்பிடுகிறார்கள். அவ்வார்த்தையில் மரியாதையின் ஊற்றுக்கண் இருக்கிறது. நமக்கே 'சார்' என்று கூப்பிடுவதைக் கேட்க ஆசையிருக்கும்; ஆனால், கூப்பிட அல்ல. அப்படிக் கூப்பிட்டாலோ அதனுடைய அர்த்தம் வேறாக இருக்கிறது. ஒரு ஆட்டோ டிரைவரை 'சார்' என்று கூப்பிட நம்மால் முடியுமா? ஆனால், ஒரு தமிழரோடு பிரயாணம் செய்தால் நாம் இதைப் பார்க்கவும் கேட்கவும் முடியும்.

மற்றவர்களின் மேல் குவியும் தனிபட்ட மரியாதையைக் கூட நம்மால் தாங்கிக் கொள்ள முடியாது. கொச்சியில் இந்த ஐந்து வருடத்தில் லட்சாதிபதி மனிதரொருவர் இருக்கிறார். நான் வெளிநாட்டிற்குச் சென்றிருந்தபோது அந்நாட்டினர் அவர்கஷ்டங்களையும், செலுத்திய உழைப்பையும், அடைந்த வளர்ச்சியையும் குறித்து மிகவும் மரியாதையுடனும் பரிவுடனும் பேசுவதைக் கேட்டிருக்கிறேன். அவர் ஏற்றுமதி செய்யும் பொருட்களுக்கு உலகச்சந்தையில் நல்ல மதிப்பும், விலையும் இருக்கின்றன. அவருடைய வியாபார உத்தியும், கடின உழைப்பும்தான் அப்படி அவர் ஜெயித்ததிற்குக் காரணமாக இருந்திருக்கின்றன. ஆனால் சொந்த ஊரில், கள்ளக்கடத்தல் செய்து கிடைத்த பணம்தான் அது என்று ஒரே வரியில் ஒரு மனிதனின் எல்லா உழைப்பையும் திறமையையும் ஒன்றுமில்லாமல் செய்திருந்தார்கள். மற்றவர்களின் நியாயமான வளர்ச்சிக்கு அவர்கள் கொடுத்த விலையையும், உழைப்பையும் உடனே மறந்து விடுகிறோம். சகமனிதர்களை மட்டுமல்ல, அவர்களின் வளர்ச்சியைக்கூட மதிக்க முடியாத ஆட்களாகி விட்டோம் நாம்.

உடை அணிவதில்கூட நமக்கு வேறுபாடு இருக்கிறது. வேட்டியும் ஜிப்பாவும்கூட கொஞ்சம் அதிகப்படியாக, விசேஷ நேரங்களில் மட்டும் அணிந்து கொள்ளும் ஒரு அலங்காரம். கரைவேட்டியும், ஜிப்பாவும் அணிந்தால் என்ன விசேஷமென்று எல்லோரும் கேட்பார்கள்.

மலையாளிகளின் வீட்டிற்குள்ளேகூட இம்மாற்றத்தை நாம் பார்க்க முடிகிறது. எவ்வளவு வயதானவர்கள் உட்கார்ந்திருந்தாலும் அவர்களுக்கு இணையாக உட்கார நமக்குக் கற்பிக்கப்

பட்டிருக்கிறது. அப்பாவும் பிள்ளைகளும் உடன் அமர்ந்து மது அருந்துவதுகூட வளர்ச்சியின், நாகரிகத்தின் அடையாளமாக மாறிவிட்ட சமூகத்தில் நாம் வாழ நேர்ந்திருக்கிறது.

காலில் விழுந்து வணங்குவதும், சாஷ்டாங்கமாக வணங்குவதும் தேசத்தின் பல இடங்களில் அன்பின், மரியாதையின் வெளிப்பாடாக இருக்கிறது. ஆனால் மலையாளிகளுக்கு அது பிடித்தமான செயல் அல்ல. அவனுக்கு அது வெறும் காலில் விழுவது என்ற நிலையிலேயே கற்பிக்கப்பட்டிருக்கிறது. மனிதன் தன் சகமனிதனின் காலில் விழுவது எனக்கும் பிடித்தமான செய்கை அல்ல. ஒரு மனிதனைப் பார்க்கும்போது மரியாதை செலுத்த வேண்டும் என்று நினைத்தால் குனிந்து காலைத் தொட்டு வணங்குவது என்பதை மரியாதையின் நிமித்தம் என்று மட்டுமே யோசித்தால் போதும்.

மம்முட்டிக்குப் பெரிய கர்வம் என்று சொல்பவர்களும் இருக்கிறார்கள். எனக்கும் அப்படித் தோன்றியிருக்கிறது. தெரிந்தோ தெரியாமலோ அது நடந்திருக்கலாம். அந்நியனிடம் தோன்றும் மரியாதைக் குறைவுதான் அதற்குக் காரணம். ஆனால் மிக முக்கியமாக என்னுடைய ரத்தத்திலும் மலையாளியின் அணுக்கள் கலந்திருப்பதுதான் காரணமாக இருக்கும் என்று நான் நினைக்கிறேன்.

அமிதாப் பச்சனை நினைக்கும் போதெல்லாம் குற்ற உணர்வு மேலிட என்னைத் திருத்திக்கொண்டு அதிலிருந்து வெளியேற முயற்சிக்கிறேன். ஆனாலும் எங்கோ அறுபட்ட ஒரு வாலின் மீதி...... மீதி...... அப்படியே இருக்கிறது. மனசு பல இடங்களில் குனிய மறுக்கிறது. நெற்கதிர் போல மனிதன் இருக்க வேண்டும்

என்று பெரியவர்கள் சொல்வதுண்டு. நெல்லின் கனம் அதிகரிக்க அதிகரிக்க கதிர் குனியும். ஆனால் நாமோ செயற்கை உரமிட்டு வளர்க்கப்பட்ட கதிர்கள். அவை தானாகக் குனியாது. வேண்டுமானால் குனிய வைக்கலாம்.

என் காதல் ஒரு கள்ள நாணயம்

நானும் பருவ காலத்தில் காதலித்திருக்கிறேன். இரண்டு நாட்கள் பார்ப்பதும், மூன்றாம் நாள் பேசிவிடத் துடிப்பதும் சாதாரணக் காதல்தான். ஷெக்கூர்பாவா என்ற உன்னத மனிதர்தான் அதெல்லாம் காதல் இல்லை என்றெனக்குப் புரியவைத்தார்.

கோயம்புத்தூரில் பழனியப்பா கவுண்டர் மிக பிரபலமானவர். ஆறரை அடி உயரத்துடன் குண்டாக, மாசு மருவமற்ற கருமை நிற தேகத்துடன் கம்பீரமாக இருப்பார். தென்னந் தோப்பும் நெல்வயலும் முந்திரித்தோப்பும் குன்றுகளும் சொந்தமாக வைத்திருந்த கவுண்டருக்குச் சொந்த ஆறுகூட இருந்தது. அதாவது சிறுவாணி ஆற்றின் பயணம் கவுண்டரின் நிலத்தின் வழியாகத்தான் அமைந்திருந்தது. அரசியல் மீதும் சினிமாவின் மீதும் கவுண்டருக்கு ஆர்வம்

கடைசியில் சினிமா பிடிபட்டு மிகப்பெரிய தயாரிப்பாளரானார். சினிமா ஒரு அவசரம்- சார்ந்த உலகம். அதில் கவுண்டரை எல்லா வகையிலும் கவனித்துக் கொள்ளவும் கூடவே இருக்கவும் ஒரு ஆள் தேவைப்பட்டது.

அச்சூழலில்தான் வேலை ஏதும் இல்லாத ஷெக்கூர்பாவா கவுண்டரிடம் அடைக்கலம் தேடிவந்தார்.

மிகக்குறைந்த காலத்திற்குள்ளாகவே கவுண்டரின் எல்லாமுமாக ஷூக்கூர்பாவா மாறியிருந்தார். நிழலென்று சொன்னால் அதுகூட விட்டு விலகியே இருந்திருக்கும். ஆனால் பாவா அதைவிடவும் அதிக நெருக்கம். கவுண்டருடன் அவர் குடும்பமும் சென்னைக்கு வந்துவிட்டது. அவருடைய மனைவி மிகவும் நல்லபெண். பணத்தின் பெருமையையோ, தலைக்கனத்தையோ ஏற்றுக்கொள்ளாத குடும்பப் பெண்.

சென்னையில் குடியேறிய கவுண்டரின் மனைவிக்கும் இதேபோலொரு உதவியாள் ஒருத்தி கிடைத்தாள். பதினாறு வயதில் திருமணமாகி, ஒரு வருடத்திலேயே விதவையான அவள் தன் ஒரு வயது பெண்குழந்தையுடன் இங்கே வந்து சேர்ந்தாள். மெதுவாகக் கவுண்டரின் வீட்டு சமையலறையின் பொறுப்பினை ஏற்றுக் கொண்டாள். அப்போது பாவாவுக்குப் பதினெட்டு வயதிருக்கும்.

பிறகு கவுண்டர் பல வெற்றிப் படங்களின் தயாரிப்பாளரானார். அரசியல், சினிமா, என எல்லா மட்டத்திலும் நட்பை வளர்த்துக் கொண்டார். காலம் கருணையற்றுச் சடசடத்துப் போய்க் கொண்டிருந்த நாட்களின் ஒரு விடியலில் அவருடைய மரணம் பெரும் அதிர்வாய் நிகழ, புகழின் உச்சியில் ஐந்து முகம் காட்டி பிரகாசமாய் எரிந்து கொண்டிருந்த விளக்கு அணைந்தது. தத்தளித்துப்போன அவருடைய மனைவி பிள்ளைகளுடன் வெளிநாட்டில் போய்த் தங்கிவிட்டார். சென்னையிலிருந்த பெரியவீடு இழுத்துப் பூட்டப்பட்டு அதைப் பாதுகாக்க ஆள் போடப்பட்டது. கோயம்புத்தூரில் பரம்பரை வீட்டின் ஆளுமை சொந்தங்காரர்களின் கைவசமாயிற்று. இருபத்தைந்து வருடம் கூடவே வாழ்ந்த ஷூக்கூர்பாவா மட்டும் உருவமற்று அரூபமான அனாதையானார். அவர்வேறு வேலைகள் தேடி அலைந்தார். பல

இடங்களில் தினக்கூலிக்கும் ஒருவேளை சாப்பாட்டிற்கும் போராட வேண்டி வாழ்க்கை அவரை விரட்டியது. ஒருநாள் ஷூக்கூர்பாவா காணாமல் போனார். அதற்குப் பிறகான நாளில் அவ்வீட்டின் வேலைக்காரியாயிருந்த அந்தப் பெண்ணும் காணாமல் போயிருந்தாள்.

பலநாட்களின் உதய அஸ்தமனங்களுக்குப் பிறகு வேறு மாநிலத்தில், மண் குழைத்துத் தட்டிக் கொட்டி உருவாக்கியதொரு சிறிய வீட்டில் ஷூக்கூர்பாவாவைப் பார்த்தேன். அவருடன் அந்தப் பெண்ணுமிருந்தாள். இருபத்தைந்து வருடங்கள் ஒரே வீட்டில் வாழ்ந்தவர்கள். நாற்பது வயதுக்கு மேல் ஒன்றாய் வாழத் தொடங்கியிருந்தார்கள். கால் நூற்றாண்டுகளாக வளர்த்துக் கொண்ட பிரியத்தை இப்போதும் பெரிதாக வெளியில் சொல்லாமல் இருவரும் பொத்தி வைத்துக்கொள்வதாய் பாவா என்னிடம் சொன்னார். கவுண்டரின் வீட்டிலிருக்கும்போது அவர்கள் பேசிக்கொண்டது கூட இல்லை. அவர் வீட்டிலிருந்து வெளியேற வேண்டிய நிர்பந்தம் வந்தபோது எங்கு போவது என்று தெரியாத இவர்கள் இருவரும் சேர்ந்து ஒன்றாக வாழத் தீர்மானித்திருந்தார்கள்.

முதன்முதலில் சந்தித்த நாட்களில் அவர்கள் இருவருமே இளமையின் வசந்த வாசலில் பூங்கொத்துகளோடு நின்றிருந்தவர்கள் என்பதை நாம் நினைவிலிருத்திக் கொள்ள வேண்டும். ஆனாலும், அவர்கள் ஆசையையும் தவிப்பையும் காமத்தையும் அடக்கி வாழ்ந்திருக்கிறார்கள். ஒருவருக்கொருவர் தொடாமல், பார்க்காமல், பேசாமல் அன்பு வயப்பட்டவர்கள். இப்போது ஷூக்கூர்பாவா கட்டாயப்படுத்தாமலேயே அவள் முஸ்லீமாக மாறியிருக்கிறாள். ஆனால் பாவா இப்போதும்

அவளுடைய இந்துப் பெயரைவைத்தே அழைக்கிறார். இரண்டு பேரும் நிறைவாக வாழ்கிறார்கள்.

இவர்களின் சந்திப்பிற்கு முன் பிறந்த அவளுடைய மகளின் திருமணத்தை பாவா இந்து முறைப்படி நடத்தி வைத்திருக்கிறார். பேரக் குழந்தைகளைக் கோவிலுக்கு உள்ளே அனுப்பி விட்டு வெளியே காத்திருக்கும் பாவாவை நான் பார்த்திருக்கிறேன். மதமும் ஜாதியும் பழக்கவழக்கங்களும் சடங்குகளும் இவர்களுடைய வாழ்வில் கரைந்து இல்லாமல் போயிருந்தன. மோகமென்ற அக்னிப் பர்வதத்தின் உச்சத்திலிருந்த காலகட்டத்தில் எப்படி இவர்களால் வெறும் பார்வையை மட்டும் பகிர்ந்து கொண்டு வாழ முடிந்தது? தெய்வீகக் காதல் என்பது இதுதானோ? காமத்தின் நுனி தன்னிலிருந்து சிந்திப் போகாமலிருக்க உள்ளங்கை நெல்லிக்கனி போல மனதை நடத்திச் செல்ல ஷெக்கூர்பாவாவால் முடிந்ததென்றால் அது அவர்களுடைய காதலின் மேன்மையாகத்தானிருக்கும்.

பார்த்த இரண்டாவது நாளில் இன்டர்நெட் சென்டருக்கும் ஐஸ்க்ரீம் பார்லருக்கும் படர்ந்து உயரும் புதிய காதலின் காலமிது. அதெல்லாம் காதலா? மனதின் மற்ற மோகங்களையெல்லாம் காதலென்று அர்த்தப்படுத்திவிட முடியுமா? சொத்து, அழகு, குடும்பத்தின் பாரம்பரியம் என ஆரம்பித்த பல விஷயங்களின் அடித்தளத்தில்தானே நம்முடைய காதல் முன்னேறிப் போய்க் கொண்டிருக்கிறது. திருமணத்திற்குப் பிறகும் மனைவியை சந்தோஷப்படுத்த கண்முன்னே உடைந்து காணாமற் போகும் பளபளப்பான குமிழ் வார்த்தைகளைப் பேசுகிறோமே. வார்த்தைகள் வெங்காயச் சருகுபோல உரிந்து உரிந்து காணாமல் போகும் போது நம்முடைய யதார்த்தக் காதல் அதற்குள் எந்தளவிற்கு இருக்கும்?

ஷுக்கூர்பாவாவின் காதலில் பரிசுத்தமான அன்பு மட்டுமே நிரம்பி இருந்தது. எனக்குச் சில பெண்கள் மீது தோன்றியிருந்த ஈர்ப்பு, காதல் இல்லை என்பதை இப்போது உணர்கிறேன். களங்கமில்லாத தனித் தங்கம் போலிருக்கும் காதல் வேண்டுமென்று தோன்றும் போதெல்லாம் நாம் பாவாவை நினைத்துக் கொள்ளலாம்.

ஷுக்கூர்பாவா போன்றதொரு நண்பர் வாய்த்ததில்-சந்தோஷப்படுகிறேன். வாழ்வில் நம்மால் கவனிக்கப்படாமல் போகும் பல மனிதர்களால் புரிதல்களின் கதவுகள் திறந்து கொண்டேயிருக்கின்றன. பாவா அவரில் ஒருவர். இப்படித் திறக்கப்படும் சொர்க்கவாசலுக்காக நாம் காத்திருக்கலாம்.

06.12.2002

ரதீஷ்

படப்பிடிப்பு முடிந்து வீட்டிற்கு வந்தபோது தொலைபேசியில் டயானா பேசியதாக மனைவி சொன்னாள். கொச்சிக்கு வேறு ஏதோ வேலை காரணமாக வந்திருந்த டயானா, திரும்புவதற்கு முன்பு எங்களைச் சந்திப்பதாகவும் சொல்லியிருக்கிறாள். மனைவி 'சுலு' விடம் நிறைய நேரம் தொலைபேசியில் பேசியிருக்கிறாள். என்ன பேசினார்கள் என்று தெரியவில்லை. ஆனால், அவள் வருகிறாள் என்று அறிந்ததும் என் மனதில் தேவையில்லாத கனம் ஏறியிருந்தது. முதல் முதலாக ரதீஷ் உடனில்லாத டயானவைப் பார்க்கப் போகிறேன். இப்படியொரு மனநிலையில் நான் அவளை எதிர்பார்க்கவில்லை. டயானா, ஹோட்டல் அறைக்கு வந்து சுலுவிடம் நிறைய நேரம் பேசினாள். பேசிவிட்டுப் புறப்படுவதற்கு முன்பு நான் சொன்னேன்

'டயானா, என்னால் அங்க வர........'

வாக்கியத்தை முடிக்கும் முன் அவளே பேசினாள். எனக்குத் தகவல் கிடைத்தும் போகாதிருந்த போது டயானாவின் மகள் பார்வதி, அம்மாவை சமாதானப் படுத்தியிருக்கிறாள்.

''அம்மா அங்கிளால் இந்த வேதனையைத் தாங்க முடியாது...

அப்பாவும் அவரும் எவ்வளவு நெருக்கம்னு நமக்குத் தெரியாதா? அதனால மம்முட்டி அங்கிள் வரமாட்டார், அப்பாவை இந்தக் கோலத்தில் பார்க்க அவரால முடியாதும்மா"...

டயானாவின் குரலில் இழப்பின் வேதனை தெரிந்தது. பிறகு ஏதேதோ பேசினாள்; அழுதாள். தீர்க்கமாய் யோசித்தாள். சுலுவிடம் தனியாகப் பேசினாள். சிறிது நேரத்தில் கிளம்பிப் போகவும் செய்தாள்.

ரதீஷின் மகள் என் அகம் உணர்ந்திருக்கிறாள் என்பது எனக்கு வேதனையையும் நிம்மதியை கலந்த உணர்வையும் தந்தன. வெளியில் சொல்லிவிட முடியாத ரணத்தைப் பாதுகாத்திருந்தவனுக்கு அதில் லேசாய் காற்றுபட்டது போல...... பார்வதியால் டயானாவைச் சமாதானப்படுத்த முடிந்திருக்கிறதே.

ரதீஷ் இறந்து விட்டான் என்பதை என்னால் பல நேரங்களில் இப்போதும் நம்ப முடிவதில்லை. எங்கேயாவது அவன் என்னுடன் நடிப்பதற்காக 'டேய்மச்சான்' என்று கூப்பிட்டபடி வருவான் என்றே நம்புகிறேன். மரணச்செய்தி வந்த பத்திரிகைகளை நான் பார்க்கவில்லை. அன்றைக்கு டி.வி. பார்க்கவில்லை. ரதீஷ் இறந்து கிடக்கும் படம் என் மனதில் உயர்ந்தெழுவதை என்னால் ஒத்துக் கொள்ளவே முடியவில்லை. சக நடிகன் என்பதைக் கடந்து அனுபவங்களால் ஒன்றிணைக்கப்பட்ட சக இதயத்துடிப்பாக இருந்தான் அவன். இழந்துவிட்டேன் என்ற போதுதான் அது எத்தனை ஆழமாக இருந்தது என்று உணர முடிந்தது. அதனால்தான் அவனை நான் இழக்கவில்லை என்றும் நினைக்க வைத்தது.

நான் சின்னச் சின்ன வேடங்களில் நடித்துக் கொண்டிருந்த போதே ரதீஷ் பெரிய நடிகனாகியிருந்தான். திருவனந்தபுரத்தில்

நடந்த படப்பிடிப்பிற்கு ரதீஷ் வராமல் போனபோது முழு யூனிட்டும் இரண்டு நாட்களாகக் காத்திருந்தது. நானும் அதிலிருந்தேன்.

நான் உட்பட எல்லோருக்கும் தங்குவதற்கு ஒரு வீட்டை ஏற்பாடு செய்திருந்தார்கள். ரதீஷீக்கு மட்டும் ஹோட்டலில் அறை தயாராக இருந்தது. காத்திருத்தலின் மூன்றாம் நாள் வந்த ரதீஷ் இயல்பாகப் பேசத் துவங்கியதும் இந்த நாட்களின் இடைவெளிகளை மனதில் ஏற்றிக் கொள்ளாதது போலிருந்தது. அதற்குப் பிறகுதான் அவனுடன் மிகவும் நெருங்கினேன். ஹோட்டலை விட்டு விட்டு அவனும் எங்களுடன் வாடகை வீட்டிற்கு வந்து விட்டான். மனசௌகரியத்திற்கு அப்பாற்பட்ட சுகம் அவனுக்கு எப்போதும் தேவையாயிருந்ததில்லை.

படப்பிடிப்பின் இடைவேளையில் ரதீஷ் ஒருமுறை சொன்னான். ‘நீ இந்தத் துறையில் எல்லாவற்றையும் கட்டுப்படுத்தி மேலேறி நிற்க வந்தவன். நான் வெறும் வியாபாரி. சினிமா என் தொழிலல்ல. வியாபாரத்தில்தான் எனக்கு ஆர்வமிருக்கிறது. அதில் கூடிய சீக்கிரமே நான் பெரிய ஆளாவேன். அப்புறம் படம் தயாரிப்பேன். அது எல்லாத்திலயும் நீ தான்டா நடிக்கணும்.’

ரதீஷீக்கு ஒரு நாளும் சினிமாவைப் பற்றி பெரிய கனவுகளெல்லாம் இருந்ததில்லை. ஆனால் வியாபாரத்தில் தான் எழுப்ப வேண்டிய பெரிய கோட்டைகளையும் ஆளவேண்டிய சாம்ராஜ்யங்களையும் பற்றிய கனவுகள் இருந்தன.

யதார்த்தத்தோடு ஒத்துப் போகாத விவசாயத்துக்கு ரதீஷ் போகும் போதெல்லாம் பலரும் என்னிடம் அவனை நேர்படுத்தச் சொன்னார்கள். தவறு செய்கிறானோ என்ற தவிப்புடன் பேசும்

போதெல்லாம், "ஊர்ல இருக்கறவங்க அப்படி எல்லாம் சொல்லுவாங்க. ஒண்ணும் பிரச்சனை ஆகாது. எல்லாமே நான் நினைச்சது போல கூடிவருது. பொறுமையா இருந்து பாரேன்," என்பான். ஆனால் நம்பிச் செய்த காரியங்கள் கூடிவரவில்லை. கனவுகள் தகர்ந்து போகத் தொடங்கியிருந்தன. அவனுக்கு ஏதேனும் சொல்ல நினைத்து சேகரித்த வார்த்தைகளையெல்லாம் அவனுடைய பார்வையாலும், சிரிப்பாலும் எழுதி அழித்த பலகையாக்கினான்.

உடல்நிலை சரியில்லாமல், மனம் உடைந்த நிலையில் ரதீஷ் விவசாயத்திற்கும் வியாபாரத்திற்கும் போனான். மீண்டும் நடிப்பில் கவனம் செலுத்த ஆரம்பித்தான். எத்தனை காலம் விலகி இருந்தாலும் வந்த போது பிடித்து நிறுத்தி ஏறி உட்கார்ந்து ஆணையிடுவதற்கான நாற்காலி அவனுக்கிருந்தது. இரண்டிற்குமான இந்த நாட்களில் சினிமாவில் இருக்கும் எல்லோரிடமும் நெருக்கத்தின் கதகதப்பு குறையாமல் காப்பாற்றியிருந்தான் ரதீஷ். திரும்பி வந்து சினிமாவில் சகஜமானபோது மீண்டும் நெருக்கமானோம். அப்போதும் அவன் புதிய முறை விவசாயத்தைப் பற்றிப் பேசிக் கொண்டிருந்தான்.

"இப்படியே இருந்தால் எப்படி? நமக்கு ஏதாவது ஆயிட்டா நம்ம குடும்பத்தை யார் பாத்துப்பாங்க?" என்று ஒருமுறை கேட்ட போது, "என் பிள்ளைகளை நீ பாத்துக்க மாட்டியாடா" என்றான். நானும் அவனும் இரண்டல்ல என்ற அவனின் உள்வெளிப்பாட்டினை என்னால் அன்று தரிசிக்க முடிந்தது. ரதீஷின் பிள்ளைகளைப் பார்த்துக் கொள்ளவும் பராமரிக்கவும் ஆட்கள் இருக்கிறார்கள். அப்படியான மனத்துயரான வேலைகளை எனக்காக அவன் விட்டு வைக்கவில்லை.

'டானி' என்ற படத்தைப் பற்றி யோசிக்கும்போது எனக்கு ரதீஷின் ஞாபகமே வந்தது. இயக்குநர் டி.வி.சந்திரனிடம் கேட்டு

நான் ரதீஷை அந்தப் படத்தில் நடிக்க வைக்க முடிவெடுத்தேன். அவனுடைய வருகையிலோ, நடிப்பிலோ எந்த மாற்றமும் இல்லை. வாழ்க்கை வேறுபாதையில் பயணிக்கத் தொடங்கி விட்டதென்றும் மீதம் உள்ள வாழ்க்கை புதியதொரு இலக்கை நோக்கி பிரகாசமாகச் செல்லுமென்றும் அவன் உறுதியாகச் சொன்னான். ஆனால் சட்டென ஒருநாள் ரதீஷ் இறந்துவிட்டான் என்ற செய்தி என்னை இருளடையச் செய்தது. இருபத்தியிரண்டு வயதில் அவன் மேல் ஏற்பட்டிருந்த பிரியம் நாங்கள் வளர்ந்து நின்ற பிறகும் குன்றா இளமையுடன் எங்களோடு வளர்ந்திருந்தது.

வேறு யாருடனும் இவ்வளவு ஈடுபாட்டோடு என்னால் நெருங்க முடிந்ததில்லை. வாழ்வின் அதி அற்புதமான பகுதியைத் தொடங்க ஆரம்பித்த அவனை ஏன் கடவுள் அழைத்துக் கொண்டார்? தவறுகளுக்குப் பிராயச்சித்தம் கேட்க ஒரு வாய்ப்பினைக் கூடத் தராமல் மரணம் ஏன் எங்கேயோ தாகத்துடன் காத்திருந்தது?

எனக்கொரு தகுந்த அன்பளிப்பை வாங்க முடியாமல் போனதுதான் என் சென்னை வீட்டிற்கு அவன் வராமல் போனதற்கான காரணமாகச் சொன்னான். வாங்காமல்போன அந்த அன்பளிப்பிற்கு, கிடைத்த பல அன்பளிப்புகளை விடவும் அதீத பளபளப்பும் நேர்த்தியும் வசீகரமும் இருப்பதாக எனக்கு எப்போதும் தோன்றும்.

அவனை முழுமையாக நான் புரிந்து கொண்டிருக்கிறேனா என்று தெரியவில்லை. அவனுக்கு செய்ய வேண்டியதை எல்லாம் செய்து விட்டேனா என்றும் தெரியவில்லை. அவன் என்னிடம் எதுவும் கேட்டதுமில்லை.

என்னைவிடப் பெரிய நடிகனாக என் முன்னால் நிற்கும் அதே கம்பீரத்தோடுதான், நான் சினிமாவில் முக்கிய இடத்தை அடைந்தபோதும் அவனிருந்தான். ரதீஷின் மனைவி டயானா மற்றும் பிள்ளைகளின் முன்னால் நிற்கும்போது எனக்கு ஒன்று மட்டும் புரிந்தது. அகன்றிருந்த போதும் நெருக்கத்திலிருக்கும் போதும் குலையாமல் பாதுகாத்த நட்பு எங்களுக்கிருந்தது. எந்த இடத்திலும் "என்னடா" என்று கேட்கும் குரலில் உள்ள ஈர்ப்பு சினிமா என்ற வியாபாரத்திலிருந்து மிகவும் அகன்றிருந்தது.

ரதீஷின் மகள் சொன்னது சரிதான். இறுதி யாத்திரைக்கு முன் அமைதியாக ரதீஷ் படுத்திருப்பதைப் பார்க்கும் மன தைரியம் எனக்குக் கிடையாது. அப்படி ஒரு உருவத்தை என் ஞாபகங்களின் கடைசிப் படிமமாகக்கூட நான் பாதுகாக்க விரும்பவில்லை.

கைம்மாறு

அந்தத் தயாரிப்பாளரை நானும் என் குடும்பமும் பார்த்துவிட்டுத் திரும்பி வந்ததை என்னால் ஒரு போதும் மறக்க முடியாது. பல வருடங்களுக்குப் பிறகும் அந்தச் சம்பவம் எனக்குக் கற்றுத் தந்த வாழ்வியல் தரிசனத்தோடுதான் எல்லாவற்றையும் பார்க்கிறேன்.

என்ன காரணம் என்றே தெரியாது. ஆனால் நான் சினிமாவிற்கு வந்த சில நாட்களிலேயே என்னை எல்லா இடங்களிலும் முன்னிலைப் படுத்தினார். சிறிய வேடமாக இருந்தாலும் ஏ.சி. அறை, கார், போஸ்டரில் பெரிய முகம் என சினிமாவின் தொடக்க காலத்தில் ஒரு நடிகன் ஆசைப்படும் எல்லாவற்றையும் செய்தார். பலரிடமும் என்னைப் பற்றி மரியாதையாகப் பேசுவார். ஒருபோதும் அவருடைய படத்தில் நடிக்கநான் சம்பளம் பேசியதில்லை. கணக்குப் பார்த்தால் நான் வாங்க வேண்டிய பாக்கி நிறைய இருந்தது. ஆனால் நான் அதைப்பற்றி யோசித்ததேயில்லை. ஏனென்றால் அது வங்கியில் செலுத்திய பணம் போல நிலையாக இருக்குமென்றே நினைத்திருந்தேன். எங்கள் மன ஆழத்தில் இழையோடிய நட்பு சினிமாவில் எல்லோருக்கும் தெரிந்திருந்தது.

இடையில் சிலகாலம் என் படங்கள் நான் நினைத்ததுபோல வெற்றியடையவில்லை. சினிமாவிலிருந்து நான் வெளியேறி விடுவேன் என்று பலரும் நினைத்ததுபோலவே எனக்குள்ளும் சினிமாவை வைத்துக்கொண்டு வாழ முடியாது என்ற அச்சம் கலங்கடித்த நாட்கள் அவை.

நிலைமை இப்படியாகுமென்று யூகிக்க முடியாத நான் வீடு கட்ட ஆரம்பித்திருந்தேன். பணத்தின் தேவை அதிகமானது. என்னுடையது என்று திடமாக நம்பிய தயாரிப்பாளரைத் தேடிப் போனேன். என்னை வரவேற்ற அவரின் முகத்தின் கருமை வார்த்தைகளில் தெரிந்தது. எனக்குத் தரவேண்டிய பணத்தில் கொஞ்சம் கேட்டேன்.

''உனக்குப் பணம் தரவேண்டியதிருக்கலாம். ஆனால் இப்போது என்னிடம் பணம் இல்லை.'

'முழுக்க வேண்டாம். கொஞ்சம் கிடைத்தால் கூட வீட்டுப் பிரச்சனையை முடிச்சிடுவேன். இல்லன்னா நான் ரொம்பக் கஷ்டத்தில மாட்டிப்பேன்.''

''இருந்தால் தானே தரமுடியும்? அதான் மொதல்லயே பணம் இல்லன்னு சொல்லிட்டேனே.''

நான் அவமானத்தில் துவண்டு போனேன். பணம் இல்லையென்பது ஒருபக்கம் இருந்தாலும் நான் மிகவும் நம்பிய, நேசித்த மனிதர் இப்படிப் பேசி விட்டாரே என்ற வேதனை மறுபக்கமாக என்னை அழுத்தியது. என் சினிமா வாழ்க்கை முடிந்து விட்டது என்று அவர் நினைத்திருக்கலாம். இனி ஒரு போதும் நான் மீண்டெழ முடியாது என்றும் நினைத்திருக்கலாம். பின் எதற்கு பணம் கொடுக்க வேண்டும்? கொச்சிக்குத் திரும்பிக்

கொண்டிருக்கையில் யாரிடமும் பகிர்ந்து கொள்ள முடியாத மனவேதனைக்கு ஆளானேன்.

உலக உருண்டையைப் போல காலம் மேலும் கீழும் சுழன்றதில் என் படங்கள் மீண்டும் ஓடத் தொடங்கின. வசந்த காலத்துளிர்களாய் நம்பிக்கை துளிர்த்து, பச்சையம் கூடி, திடமான கிளைகளாக மாறி மரத்தை அலங்கரிப்பது போல நிலைமை மாறி, தயாரிப்பாளர்கள் என்னைத் தேடிவர ஆரம்பித்தார்கள். அப்படி வந்தவர்களில் அந்தப் பழைய தயாரிப்பாளரும் இருந்தார்.

''மம்முட்டி, நமக்கொரு கணக்கு பாக்கியிருக்கே. தீர்க்க வேண்டாமா? எவ்வளவு தரணும் சொல்லுங்க?''

''எந்தக் கணக்கு?''

''சில படங்களோட சம்பளம் பாக்கியிருக்கே. அந்தக் கணக்குத்தான்...''

''அந்தக் கணக்கை நான் எப்போதோ மனக்கணக்காக எழுதித் தீர்த்து விட்டேன். அதை இனி திரும்பிப் பார்க்க வேண்டாம். எழுதி முடித்த கணக்கிற்குப் பாக்கியில்லை. அது முடிந்துவிட்டது.''

பொறுமையாகச் சொல்லி முடித்தேன். இன்றுவரை நான் அவரிடம் பணம் வாங்கிக் கொள்ளவில்லை. அதை வாங்காமலிருந்தது மீண்டும் திரைத்துறையில் காலூன்ற முடிந்த அகம்பாவத்தால் அல்ல. என்னை யாருக்கும் அறிமுகமில்லாத காலகட்டத்தில் முதல் வரிசையில் இடம் கொடுத்தும், முக்கியக் கதாபாத்திரம் கொடுத்தும், போஸ்டரில் முக்கியத்துவம் கொடுத்தும், நல்ல படங்களை அறிமுகப்படுத்தியும் வாய்ப்பு தந்தது அவர்தான். அன்று அவர் அதற்காக எதையும் என்னிடம்

எதிர்பார்க்கவில்லை. அன்றைய அவருடைய பிரியத்திற்குத் திருப்பிக் கொடுக்க எதுவும் என்னிடம் இல்லை. ஆனால், எனக்குண்டானதைக் கூட வாங்காமல் நான் அந்தக் கடனைத் திருப்பி அடைத்தேன்.

கூலிகூட வாங்காமல் வேலை பார்த்தேன். அன்றும் இன்றும் எனக்கு அது பெரிய தொகைதான். இன்றைக்கு அறிமுக நிலையில் சினிமாவில் புதியவரொருவர் வாங்கும் சம்பளத்தைப் பார்க்கும்போது அந்தப் பணம் மிகவும் சொற்பம்தான்.

பல நேரங்களிலும் தம் கடமைகளைத் தீர்த்துக் கொள்ள கடவுள் இப்படியான சந்தர்ப்பங்களை ஒழுங்கு செய்வதை வாழ்வில் நாம் தரிசிக்கிறோம். என்னை, காலம் சினிமாவிற்குத் திருப்பிக் கொண்டு வந்ததே அந்தப் பணத்தை வேண்டாமென்று சொல்லவும் அதன் வழிபழைய கடனை அடைக்கவுமான வழிதானென்று நான் நினைக்கிறேன். சினிமாவிலிருந்து வெளியே போயிருந்தேனேயானால் அந்த நல்ல மனிதரிடம் நான் பட்ட கடன் அப்படியே இருந்திருக்கும்.

இப்போது ஒருபோதும் திருப்பித் தரமுடியாத கடனுமாக அவர் என்னோடு பிணைக்கப்பட்டிருக்கிறார். இப்போதும் அவரைப் பார்க்கும்போது மனதில் கொஞ்சம்கூட வைராக்கியமில்லாமல் சிரிக்கவும் பேசவும் முடிகிறதே என்பதுதான் என் சந்தோஷமே. அது என் வளர்ச்சியில் அவருடைய பங்கு மிக அதிகம் என்று நினைப்பதாலும் நம்புவதாலுமே சாத்தியமாகிறது.

பலரும் செய்யும் உதவிகளின் அடர்த்தி அவர்களுக்குப் புரிவதில்லை. நம்முடைய வெற்றிக்குச் சுவடிட்டு அவர்கள் காத்திருப்பதை ஒருபோதும் நாம் உணருவதேயில்லை,

பிறகு அவர்கள் சத்ருக்களைப் போல நடந்து கொண்டாலும் அந்தப் படிகளை மறக்கக் கூடாதென நான் நினைக்கிறேன். அப்படியான படிகள் குறித்த நினைவுகள் தான் பலருக்கும் நம்மை உதவ வைக்கிறது. என்னால் முடிந்தவரை யாருக்கெல்லாம் முடியுமோ அவர்களுக்கெல்லாம் உதவ வேண்டும் என்பதே என் மன விருப்பம். அதுவே என் பிரார்த்தனையும் கூட...

மூன்றாம் பிறை

வக்கீலாகப் பணி ஆரம்பித்த நாட்கள். ஆரம்பம் என்ற பொருளை உள்ளடக்கி அது பெரிதாக நீண்டு நிலைக்கவில்லை. நீதிமன்றம், வழக்கு என்று கேட்கும்போதே ஒருமாதிரி பிரமிப்பாக இருக்கும். முதல் முறை நீதிமன்றத்தில் வாதிட்டபோது எனக்குக் கால்கள் இரண்டும் நடுங்கி வேர்த்துக் கொட்டியது. அப்போதெல்லாம் ஒவ்வொரு நீதிமன்றமாய் போய் நடக்கும் வழக்குகளைப் பார்த்து, வாதிடக் கற்றுக் கொள்வோம்.

மஞ்ஞேரி நீதிமன்றத்தில் அந்த வழக்கில் அல்லது வழக்காடுதலில் இருக்கும் ஆர்வத்தின் காரணமாகத்தான் அதை நான் ஏற்றிருந்தேன். அறுபது வயதான மிகவும் ஐஸ்வர்யமும் சாந்தமுமான மனைவிக்கும், விவசாயியைப் போல எளிமையான தோற்றமும் உடையுமணிந்த கணவருக்கும் இடையிலான வழக்கு. எல்லாக் கட்சிக்காரர்களையும் போல அவர்களும் காலையிலேயே நீதிமன்ற வளாகத்தில் உள்ள வராந்தாவில் காத்திருப்பார்கள்.

பெரும்பாலான நாட்களில் மாலை வரை அங்கேயே இருப்பார்கள். திருமணபந்தத்தை முடித்து கொள்ள நினைத்து

கணவனிடமிருந்து ஜீவனாம்சம் வேண்டி மனைவி வழக்கு தொடுத்திருக்கிறார். மஞ்ஞேரி நீதிமன்றத்தில் மட்டுமல்ல, பெரும்பான்மையான நீதிமன்றங்களில் இதுதான் நிலைமை. பல வழக்குகள் உண்மையானவை. பல வழக்குகள் சொந்த பந்தங்களின் கௌரவப் பிரச்சனைகளுக்காக தொடரப்பட்டவை. இதில் கணவருக்கோ மனைவிக்கோ இடமில்லை.

மெல்ல மெல்ல நான் இவர்களைக் கவனிக்கத் தொடங்கினேன். அம்மா தன் சகோதரனின் காரில் வந்து இறங்குவாள். சகோதரர்களுக்காகத்தான் இந்த கேஸை நடத்துகிறாள் என்பது பார்த்தாலே தெரியும். கணவரோ யாருடைய துணையுமில்லாமல் தனியாக பஸ்ஸில் வந்து இறங்குவார்.

ஜூனியர்களான நாங்கள் நீதிமன்றத்திற்குள் காரசாரமாய் எதிரெதிரே விவாதித்தாலும் வெளியில் ஒரு சிகரெட்டை பலர் இழுத்தும், ஒரு டீயை பலர் பகிர்ந்தும் குடிக்கும் நண்பர்களாக இருந்தோம். ஆனால் கட்சிக்காரர்கள் உடன் இருந்தால் இப்படி நடந்து கொள்வதில்லை. வழக்கின் வெற்றிக்கும் அதற்குத் தேவையான சாட்சியங்களை நீதிமன்றத்திற்கு முன்னால் நிலை நாட்டவும் நாங்கள் படாதபாடுபட்டு எதிரெதிரே வாதாட வேண்டியிருக்கும். .

இந்த வயதானவரின் வழக்கின் நிலையும் இப்படித்தான் இருந்தது. அவரிடம் கடுமையான கேள்விகள் கேட்கும்போது மிகவும் மெதுவான குரலில், தன்மையான மொழியில் பதில் சொல்லிக் கொண்டிருந்தார். கணவர் பதில் சொல்லும்போது அந்த மனைவியையே பார்த்துக் கொண்டிருந்தேன். கணவனிடம் இன்னும் மங்காத பிரியமும் மரியாதையும் அந்த முகத்திலிருந்தன. ஒவ்வொரு கேள்வியும் பதிலும் இதயத்தாலும்

கவனிக்கப்படுகிறதென்பதை நான் உணர்ந்திருந்தேன்.

விசாரணைக்குப் பிறகு கூண்டிலிருந்து இறங்கும்போது அவர் மனைவியை ஒருமுறை ஆழ்ந்து பார்ப்பார்.

அவருடைய முகத்தில் துடித்துத் தெரித்து விழத் தயாராக இருந்த உணர்வுக்கலவைகளை நாம் தர்சிக்க முடியும்.

மனைவியிடம் விசாரணை நடக்கும்போது அவர் எதிர் கூண்டினருகில் நின்றபடியிருப்பார். அன்றைக்கும் அப்படித்தான் நின்றிருந்தார். நீதிமன்றத்தின் கேள்விகள் பல நேரங்களில் வயோதிகத்தையும் பெண் என்பதையும் மறந்துபோனதாகத்தானிருக்கும். பள்ளி வராந்தாவைக்கூட வேடிக்கை பார்த்திராத அந்த முதியவள் எதிர் விசாரணை தொடங்கிய சற்று நேரத்திற்கெல்லாம் வக்கீல் கற்றுக் கொடுத்திருந்த எல்லாவற்றையும் மறந்து போயிருந்தாள்.

பதப்படுத்தாத மொழியில் வெகுளித்தனமாக, களங்கமில்லாத வார்த்தைகளைக் கோர்த்து அவள் பேசிக்கொண்டேயிருந்தாள். பொய் சொல்லும்போது ஏற்படும் இடறல் அவளது வார்த்தைகளில் அப்பட்டமாகத் தெரிகிறது. கணவரின் குரூரத்தையும் அன்பில்லாமையையும் கணவரால் வீணடிக்கப்பட்ட தன் வாழ்க்கையையும் பற்றி வக்கீல் அவளிடம் கேட்டபோது அவற்றைக் கேட்டுக் கொண்டிருந்த முதியவரின் கண்கள் நிறைந்திருந்தன. அதை மறைப்பதற்கு நிர்பந்திக்கப்பட்டவராய் அவர் நான்கு திசைகளிலும் கண்களை ஓடவிட்டார். பிடிமானத்திற்காக வேண்டி கூண்டின் மரச்சட்டங்களில் கை ஊன்றி ஒட்டி நின்றபடி மனைவியை ஒருமுறை பார்த்தார். பார்வை உரசியபோது மனதிலிருப்பதைச்

சொல்ல முடியாமல் அந்த முதியவள் உடைந்தழுதாள்.

அவளுடைய அழுகைச் சத்தம் நீதிமன்றத்தின் ஒவ்வொரு இதயத்திலும் மோதித் திரும்பியது. எண்ணியெண்ணிச் சொல்லும் வார்த்தைகளுக்கிடையில் 'என்னால முடியல தெய்வமே' என்று சொல்லிக்கொண்டே கூண்டில் தளர்ந்தபடி விழுந்தாள். நீதிமன்றம் அப்படியே அமைதியில் உறைந்து போனது. சட்டென முதியவர் கூண்டிலிருந்து இறங்கி ஓடிவந்து மனைவியைத் தாங்கிப் பிடித்து எழுப்பினார். தோளிலிருந்த துண்டால் முகத்தை அழுந்தத் துடைத்து நெஞ்சோடு சேர்த்து எழுப்பி நிற்க வைத்து மெல்ல நடக்க வைத்தார்.

நீதிமன்றத்தையோ, வக்கீலையோ, தீர்ப்பையோ, அவளின் சகோதரர்களையோ யாரையுமே மதிக்கவோ உதாசீனமோ செய்யாமல் ஒரு குழந்தையைத் தோள்மேல் போட்டுக் கொள்வது மாதிரி தோளோடு சேர்த்துப் பிடித்தபடி வக்கீல்களுக்கு நடுவில் வழி ஏற்படுத்தி வெளியேறினார். படி இறங்குவதற்கு முன்னால் எங்களைப் பார்த்த அவரின் பார்வையில் பகைமையில்லை.

நீதிமன்றங்களால் அளவிட முடியாத, சாட்சியம் சொல்ல முடியாத, வாதிட முடியாத பிரியம் அவர்களிடமிருந்தது. இருபத்து இரண்டு வருடங்களுக்கு முன்பாக வீட்டிலிருந்து இறக்கிவிடப்பட்ட அந்த மனிதன், அதன்பிறகு முதல் முறையாகத் தன் மனைவியைத் தொடுகிறார். அவளோடு பேசுகிறார். வீட்டு ஆட்களின் குடும்பப்பகையினால் அவர்களிருவரும் வார்த்தைகளிழந்த வெற்றுப்பார்வையால் இதயத்தில் மங்கிப்போகாத அன்பைத் தேக்கிவைத்து, கொடுங் காற்றிற்கிடையிலும் அணையாத நெய்விளக்கினை ஏந்தி நடப்பது போல வாழ்ந்திருக்கிறார்கள்.

நீதிமன்றம் அந்த வழக்கை ரத்து செய்தது. பிறகெப்போதும் அவர்கள் நீதிமன்றத்திற்கு வரவே இல்லை.

அம்மாவையோ, அப்பாவையோ, பிள்ளைகளையோ வார்த்தைகளால் காயப்படுத்தி புறந்தள்ளினாலும் சட்டத்தால் பந்தங்களை வேரறுக்க முடியாது. ஆனால் கணவன் மனைவி உறவை, சட்டம் ரத்து செய்து தனித்தனியாக்கிவிடும். அம்மாவும் அப்பாவும் பிள்ளைகளும் உருவாவதும், எல்லா பந்தங்களின் ஆதிவேரும் இந்த உறவின், முகிழ்தலில்தானே பிறக்கிறது. அன்பையும் உணர்வுகளையும் கொண்டு மட்டுமே இணைக்கப்பட்ட இந்த பந்தத்தை அவர்களோடு எந்தப் பிணைப்புமற்ற நீதிமன்றத்தால் தகர்த்தெறிய முடியாது என்று அன்று எனக்குப் புரிந்தது.

என் மனைவியிடம் ஒருவார்த்தை கோபமாகப் பேசும் போதுகூட அந்த முதியவரின் கண்ணீர் நிறைந்த கண்கள் நினைவிற்கு வரும். சிறு இடறலில்கூட அணைந்து போகும் உறவின் தீபங்களை எத்தனையோ முறை நீதிமன்ற வழக்கிலும் வாழ்க்கையிலும் நான் பார்த்திருக்கிறேன். அப்போது எனக்குத் திருமணமாகியிருக்கவில்லை. திருமணத்திற்குப் பின், மனைவியை இந்தப் பெரியவரைப் போல நேசிக்க வேண்டுமென்று நான் முடிவு செய்திருந்தேன்.

கைகளுக்குள் பொத்தி வைத்துக் கொள்ளும் அளவு அன்பு இருக்கிறதென்ற நினைப்பில் இறுமாந்திருந்த நான் அன்று கடலை தரிசித்தேன். பிரியத்தில் நின்றிருந்த கடல். ஞாபகங்களின் கரையோரத்தில் நிற்பதே மனதை ஈரமாக்குகிறது. நாமும் அவர்களைப் போல பிரியம் மீதூர வாழ்வோம்.

முதல் ரசிகனின் ரத்தம் தோய்ந்த முகம்

மஞ்ஞேரியும் மலப்புரமும் என் வாழ்வில் பசுமையான நினைவுகளை இன்னமும் தக்க வைத்திருக்கிறது. முதல் வேலையின் சுகமான நினைவுகளையும் ஹாஸ்டல் வாழ்க்கையின் பசுமையையும் தாண்டி வந்த எனக்கு மறக்க முடியாமல் படிந்துபோன எத்தனையோ முகங்கள் உள்ளே பதிந்திருக்கின்றன. இருபது வருடங்களுக்குப் பிறகும் பிம்பங்களாகத் தெளிந்து வரும் எத்தனையோ முகங்கள்.

மஞ்ஞேரியில் வக்கீல் அலுவலகத்தில் வேலை பார்க்கும்போது மத்தியான வேளைகளில் நானும் கிளார்க் மோகனனும் மட்டும்தான் இருப்போம். சீனியர்களான ஸ்ரீதரன்நாயர், சலாஹுதீன், அபுபக்கர் என்ற வக்கீல்கள் மதியவேளையில் கூட நீதிமன்றத்திலேயே இருப்பார்கள். சிலநேரங்களில் மாலையில் வருவார்கள். நான் மதிய வேளைகளில் வெளியில் போவதில்லை. வழக்கின் நிலைமையைத் தெரிந்துகொள்ள, வக்கீலைப் பார்க்க எனப் பலரும் வராந்தாவில் உட்கார்ந்திருப்பார்கள். நான் அவர்களிடம் வழக்குகள் பற்றிப் பேசிக் கொண்டிருப்பேன். அவர்களுடைய கேஸ் ஃபைலைத் தேடி எடுத்துப் புரிந்து கொள்ள முயற்சிப்பேன்.

ஒவ்வொரு கேஸ் ஃபைலிலும் ஒவ்வொரு வாழ்க்கையைத் தரிசித்திருக்கிறேன். முறிவை வாசித்திருக்கிறேன். அவை ஒவ்வொன்றும் வாழ்வின் வித்தியாசமான அனுபவப் படிமங்களை உள்ளடக்கியிருந்தன. ஒவ்வொரு வாரமும் வழக்கின் நிலை பற்றித் தெரிந்து கொள்ள பதினெட்டு வயது மதிக்கத்தக்க பையனொருவன் வருவான். அவன் வராந்தாவின் கட்டைச்சுவரில் கால் நீட்டித் தெரு பார்த்து உட்கார்ந்திருப்பான். நானும் வராந்தாவில் சேரைப் போட்டு உட்கார்ந்து படித்துக் கொண்டிருப்பேன். எங்களிருவருக்கும் இடையில் பேசிக் கொள்ள பெரியதாக ஒன்றுமிருக்காது. அவனுடைய அப்பாவின் சொத்தை யாரோ மோசடி செய்து விட்டார்கள் என்பதுதான் வழக்கு. வழக்கிற்கு பலம் கிடைக்க வேண்டும் என்பதற்காகப் பொய் வழக்கு ஜோடித்திருப்பதாக அவன் என்னிடம் சொன்னான். வழக்கின் தன்மையைப் பார்த்தபோது அது சற்றேறக்குறைய சரியென்றே தோன்றியது. முக்கியமான சில வழக்குகளுக்கிடையில் அந்தப் பையனின் வழக்கு அவ்வளவு முக்கியத்துவத்தோடு பார்க்கப்படாமல் இருந்தது. வழக்கு வாய்தாவிற்கு வந்தாலும், இல்லையென்றாலும் அதைப்பற்றித் தெரிந்துகொள்ள அவன் வந்து கொண்டேயிருந்தான்.

ஒருநாள் மதியம் நான் ஃபைல் பார்த்துக் கொண்டிருந்தபோது கட்டைச் சுவரில் உட்கார்ந்து என்னையே அவன் பார்த்துக் கொண்டிருப்பதைக் கவனித்தேன். நான் அதைக் கவனிக்காதது போல இருந்தேன். சட்டென அவன் ஒரு கேள்வி கேட்டான்.

''ஏன் சார் நீங்க சினிமாவில் நடிக்கக் கூடாது?''

'ஏன்அப்படிகேக்கற?''

“உங்களுக்கு ஒரு சினிமா நடிகனுக்கான முகவெட்டு இருக்குசார்”

சினிமாவில் நுழைய வேண்டும் என்ற வெறி கால் பெருவிரலிலிருந்து உச்சந்தலைவரை திகுதிகுவெனப் பற்றியெரிந்த நாட்கள் அவை. எப்படியாவது சினிமாவிற்குப் போய்விடலாம் என்ற ஆசையால்தான் வக்கீல் வேலையைக் காரணமாக வைத்து நான் மஞ்ஞேரிக்கு வந்திருந்தேன். என்னுடைய அலுவலகத்திலேயே என்னைவிட அழகான, கம்பீரமான வக்கீல்கள் இருக்கிறார்கள். இருந்தாலும் என்னிடம் மட்டும் ஏன் அப்படி கேட்க வேண்டும்?

அதைக் கேட்டு மனம் றெக்கை கட்டிப் பறந்தாலும், அதன் பிறகான நாட்களில் அது குறித்த மெலிதான புன்னகையை மட்டுமே பரிமாறிக் கொண்டிருந்தோம். அவனுடைய வழக்கு முடிவதற்குள்ளாகவே நான் மஞ்ஞேரியிலிருந்து புறப்பட்டிருந்தேன்.

பல வருடங்கள் கடந்து போயிருந்தன. ‘1921’ என்ற படத்தின் படப்பிடிப்பு மஞ்ஞேரிக்குப் பக்கத்தில் ‘ஆனைக்கயத்து’ ஆற்றின் கரையில் நடந்து கொண்டிருந்தது. மக்கள் திரள், சமுத்திரம் போல நான்கு பக்கங்களிலிருந்தும் வந்து கொண்டிருந்தது. எம். எஸ். பி. ஆட்கள் கூட்டத்தைக் கட்டுப்படுத்திக் கொண்டிருந்தார்கள். ஆற்றின் இரு கரையிலும் மக்கள் வெள்ளம் கரைபுரண்டு கொண்டிருந்தது. அந்தப்பகுதி எனக்கு ஏற்கனவே பரிச்சயம் இருந்ததால்தான் படப்பிடிப்பினை அங்கு ஏற்பாடு செய்திருந்தார்கள். மக்களுடைய ஒத்துழைப்பு இல்லையென்றால் அங்கே படப்பிடிப்பு நடத்த முடியாது. கூட்டத்தைக் கட்டுப்படுத்த போலீஸ் கயிறு கட்டியிருந்தார்கள்.

படப்பிடிப்பில் கூட்டம் அதிகமாக அதிகமாக கயிறு அறுபட்டது. மக்கள் போலீஸ்காரர்கள் மேல் அப்படியே விழுந்தனர். கோபத்தில் எழுந்த போலீஸ் மக்களை நாலாபுறமும் அடித்து விரட்டியது. மக்கள்கூட்டம் போலீஸைத் திருப்பி அடித்தது.

ஆற்றின் அக்கரையிலிருந்தபடி நாங்கள் இதைப் பார்த்துப் பதைத்துப் போனோம். நிலைமை மோசமாவற்குள் நாம் ஏதாவது செய்யலாமே என்று நினைத்து, நான் ஆற்றில் குதித்து மறுகரையில் ஏறும்போது அக்கரை யுத்தபூமி போல மாறியிருந்தது. நான் கூட்டத்தில் என்னென்னவோ பேசிப் பார்த்தேன்; கத்தினேன். பிறகு அலறினேன். சட்டென ஜனம் அமைதியாயிற்று. அவர்கள் இப்படி கிளைமாக்ஸை எதிர்பார்த்திருக்கவில்லை. சிதறும் ஜனக்கூட்டத்தை இருபக்கமும் பிரித்து நடந்து வழி உண்டாக்கினேன். அவர்களில் பலரும் 'மம்முட்டிக்கா மம்முட்டிக்கா' என்று கூவிக் கொண்டிருந்தார்கள். ஆழ்ந்த வேதனையுடனும், பதட்டத்துடனும் கூட்டத்திற்குள் நடந்து கொண்டிருந்தபோது ஒரு வாலிபன் என் கையைப் பிடித்தபடி படபடத்துக் கேட்டான்.

"சார், சார், என்னை ஞாபகமிருக்கா? நான்... பஷீர்.... பஷீர்....."

"எந்த பஷீர்?"

"எங்கேயிருந்த பஷீர்?"

லத்தி ஜார்ஜ் ஆரம்பிக்க இருந்த நேரத்திலான கலவரமது. அப்போது என்னால் எதையும் அனுமானிக்க முடியவில்லை. போலீஸின் உதவியால் மக்களை சமாதானப்படுத்திக் கலவரத்தைச் சாந்தப்படுத்த முயன்று கொண்டிருந்தேன். ஆனால்

அந்த வாலிபன் கூட்டத்திற்கிடையில் பரபரப்புடன் என்னைப் பின்தொடர்ந்து கூக்குரலிட்டபடி ஓடிவந்து கொண்டிருந்தான். அவ்வப்போது என்னைப் பிடித்திழுக்கிறான். அதனிடையில் அவன் தலையில் ஒருபோலீஸ்காரனின் லத்தி விழுகிறது. நான் திரும்பிப் பார்க்கிறேன். கலவரத்தில் மண்டை உடைந்து ரத்தம் கொட்டும்போதும் சிரித்தபடி அவன் முகம் எதிலோ லயித்திருந்தது. போலீஸ் மீண்டும் ஜனக்கூட்டத்தை ஆற்றின் கரைகளுக்குள் ஒடுக்க முயற்சித்தது. ஒரே சத்தமும் கூக்குரலுமாகக் கிடந்தது ஆற்றங்கரை. யார்யாரோ என்னைப் பிடித்திழுத்து கூட்டத்திலிருந்து தனியே அழைத்துப் போக முயற்சித்தார்கள்.

கூட்டம் அமைதியாக நிறைய நேரமானது. இடையிடையே அந்த முகம் என்னைத் தொந்தரவுக்குள்ளாக்கிக் கொண்டேயிருந்தது. இந்த முகத்தை எங்கோ பார்த்திருக்கிறேன்? எங்கே?.. மின்னல்கள் போல ஞாபகங்கள் கடந்து போயின.

மஞ்ஞேரியின் வக்கீல் வேலை செய்து கொண்டிருந்த காலத்து மதிய வேளையில் 'ஏன் சார் நீங்க சினிமாவில் நடிக்கக் கூடாது?' என்று கேட்டது இவன்தானா? அய்யோ.. அதற்குள் நான் அதிக தூரம் நடத்திக் கூட்டிப் போகப்பட்டிருந்தேன். கலவரத்திலும் அதிர்ச்சியிலும் இருந்த என்னால் மீண்டும் அந்த முகத்தைக் கண்டுபிடிக்க முடியவில்லை. பிறகெப்போதும் நான் அவனைப் பார்க்கவில்லை. ஆனால் குருதி, முகத்தின் நிறம் மாற்றி ஒழுகும் போதும் அந்தக் கண்களில் மிதந்து வந்த பிரியம் என் கண்களுக்குள்ளேயே இருக்கிறது. என்னை நடிகனென்ற முறையில் பார்த்த முதல் ரசிகன் பஷீராகத்தான் இருப்பான். மின்னல் போல என்னைக் கடந்த பஷீர் இப்போது

எங்கேயிருக்கிறான்? தெரியாது. எந்த ஒரு எதிர்பார்ப்பும் இல்லாமல் நிறம் மங்கிப்போன அலுவலகத்தில் ஒரு மத்தியான வேளையில் அவனிடமிருந்து வெளிவந்த வார்த்தைகள்... அது அன்றைக்குத் தந்த புளகாங்கிதம் கொஞ்ச நஞ்சமல்ல. நடிப்பிற்கான தேசிய விருதுகளும் பரிசுகளும் கிடைத்தபோதும் எனக்குள்ளிருந்த நடிகனை மிக நுட்பமாகக் கண்டறிந்த பஷீர் என் நினைவுக்கு வருகிறான். எப்படி அவன் என் கனவுகளின் நிறங்களை உணர்ந்திருந்தான்?

நேரில் பார்க்காமலேயே களங்கமில்லாத அன்பு செலுத்துபவர்கள் நிறைய இருக்கிறார்கள். எப்போதாவது பார்க்கும்பொழுது பெருக்கெடுத்து உடைபடும் பிரிய முகங்களை நான் பார்ப்பதுண்டு. அவர்களின் அன்பின் கதகதப்பில் என்னை ஒடுக்கிக் கொள்வது எதையும் எதிர்பார்த்தல்ல என்று எனக்குத் தெரியும்.

களங்கமில்லாத எத்தனையோ மனசுகளிலிருந்து இந்த அன்பும், பிரார்த்தனையும் இல்லையென்றால் இந்த மம்முட்டி யார்? ஜனக்கூட்டத்தில் யாருக்கும் தெரியாமல் கரையும் ஒரு முகம் மட்டுமே. அன்று பார்த்த அந்தப் பையனை நினைக்கும்போது மனதில் ஆர்ப்பரிப்பது பிரியத்தின் கடல் மட்டுமே. என்னை உடன்பிறப்பாகவும் நண்பனாகவும் மகனுமாகவும் ஆக்கியவர்களுடைய அன்பினை உள்வாங்கும் கடல். அந்த அலைகளுக்கு முன்னால் ஒரு குழந்தை மனநிலையில் இப்போதும் ஏதோ ஒரு அற்புதத்தைப் பார்த்ததுபோல நின்று கொண்டிருக்கிறேன்.

ஃபரீதிக்கா- வாழ்வின் நிறைவு

படப்பிடிப்புத் தளங்களில் இப்போதும் நான் ஃபரீதிக்கா ✸வைப் பார்க்கிறேன். ஒரு மாதம் நீளும் படப்பிடிப்பில் ஒன்றிரண்டு நாட்கள் மட்டும் வந்து சிறியதொரு காட்சியில் நடித்து விட்டு, யாருக்கும் தெரியாமல் போய்விடுவார். என்னைப் பார்க்கும்போது கண்களில் சிரிப்புடன்,

''எனக்கு இந்தப் படத்தில் ஒரு சீன் இருக்கு'' என்று சொல்வார்.

பெரும்பாலும் ஃபரீதிக்கா என்னிடம் பேசும் டயலாக் இது மட்டும்தான். நான் முதல் முதலாக ஃபரீதிக்காவைப் பார்த்தபோது எனக்குப் பதினேழு வயதிருக்கும். மிகுந்த பயத்தோடும் பிரியத்தோடும்தான் நான் அவரைப் பார்க்கப் போயிருந்தேன்.

என்னோடு படித்த சம்சுவின் மைத்துனர்தான் எஸ். ஏ. ஃபரீத். சம்சு இன்று இந்த உலகத்திலேயே இல்லை. என்னுடைய சினிமா மோகத்தை நன்றாகத் தெரிந்து வைத்திருந்த சம்சு, ஃபரீதிக்காவின் மூலமாகச் சினிமாவுக்குப் போக முடியுமென்று எப்போதும் சொல்வான். பற்றிக்கொள்ள ஒரு பசுங்கொடி தேடி அலைந்து கொண்டிருந்த என் முன்னால் தாங்கிக் கொள்ளவே அடிதிம்மை கிடைத்ததை உணர்ந்தேன். அன்றே ஃபரீதிக்கா நடிகராக

இருந்தார். ஃப்ரொடெக்ஷன் மேனேஜர்களையும் அவருக்குத் தெரிந்திருந்தது.

’சுபைதா’ என்ற படத்தில் அம்பிகாவுக்குப் பிறந்த குழந்தையை வளர்க்கும் ஃபிலோமினாவின் கணவராக இவர் நடித்திருந்தார். அது சிறிய வேடமானாலும் கௌவரமாகப் பேசப்பட்ட வேடம். எனக்கு எப்படியாவது ஒரு சான்ஸ் வாங்கித் தரவேண்டும் என்று அவரிடம் சம்சு சொல்லியிருந்தான். நாங்கள் மிகுந்த எதிர்பார்ப்புடன் காத்திருந்தோம். ஃபரீதிக்கா அன்று மொர்ச்சன்ட் நேவியிலிருந்தார். ஆறுமாதம் கடலிலும் மீதிநாட்களில் ஊருக்கு வரும்போது நடிப்புமாக வாழ்க்கையைச் சந்தோஷமாக வைத்திருந்தார். ஃபரீதிக்கா சினிமாவை தொழிலாகப் பார்க்கவில்லை. உயிராக நேசித்திருந்தார்.

ஒருநாள் சம்சுவிற்கு ஃபரீதிக்காவிட மிருந்து கடிதம் வந்தது. ‘இயக்குனர் விஜயனும். எடிட்டர் நாராயணனும் சேர்ந்து ‘விஜய நாராயணன்’ என்ற பெயரில் இயக்கப் போகும் ‘காலச்சக்கரம்’ என்ற படத்திற்கு லொக்கேஷன் பார்க்க ’கொடுங்கல்லூர்’ போகிறோம். உன் நண்பனைக் கூட்டிக்கொண்டு அங்கேவா’ என்று கடிதத்தில் எழுதியிருந்தது. என்னோடு சேர்த்து இன்னும் ஒரு ஆளும் நடிக்க வேண்டுமென்றும் எழுதியிருந்தார்.

சந்தோஷத்தில் என்ன செய்வதென்றே தெரியாமல் அறையில் குட்டிக்கரணம் போட்டுக் கொண்டாடினோம். நடிக்க வேண்டுமென்ற கனவில் என்னுடனே சுற்றிக் கொண்டிருக்கும் பஷீரையும் கூட்டிக் கொண்டு கொடுங்கல்லூருக்குப் போனோம்.

படப்பிடிப்பு, டாக்டர் சகீரின் வீட்டில் நடந்து கொண்டிருந்தது. அங்கே போய் ஃபரீதிக்காவைப் பார்த்தோம். அவர் எங்களை அன்போடு வரவேற்று ஃப்ரொடக்ஷன் மேனேஜரைக் கூப்பிட்டுச் சொன்னார்.

''நான் சொன்ன பசங்க வந்திருக்காங்க''

இரண்டு பேரையும் மேனேஜர் பார்த்தபடி, ''நாளைக்கு காலைல ஏழுமணிக்கு இங்க வாங்க'' என்றார். அன்றிரவு தூங்கவில்லை. ஃபரீதிக்காவின் மேல் அளவிட முடியாத அன்பும், மரியாதையும் ஏற்பட்டது.

காலை ஆறரை மணிக்கெல்லாம் நாங்கள் டாக்டர் சகீரின் வீட்டிலிருந்தோம். படப்பிடிப்பு, அருகிலுள்ள கடற்கரையில்தான் நடந்து கொண்டிருந்தது. அங்கே போகத் தயாராக இருந்த காரின் பின் சீட்டில் உட்காரும்படி எங்களுக்குச் சொல்லப்பட்டது. கூடவே ஒரு மேக்கப்மேனும் ஏறிக்கொண்டார். சந்தோஷச் சுடர்கள் என் முகத்திலும் பஷீரின் முகத்திலும் சூரியனாகப் பிரகாசித்தது. ஜெயபாரதியும், அடூர் பாசியும் இதோ எங்கள் காரின் முன்னால் போகிறார்கள். இதைவிட என்ன பாக்கியம் வேண்டும்?

ஆனால், அன்றைய என் பாக்கியம்.....

அன்று மாலையே என் கதாபாத்திரத்தை முடித்துக் கொண்டு நான் திரும்பினேன். வாழ்க்கையில் முதல் முதலாக கேமராவின் முன்னால் நிற்க சிபாரிசு செய்த ஃபரீதிக்காவைப் பார்த்து 'போய் வருகிறேன்' என்று சொல்லி விட்டுத்தான் வந்தேன். சினிமாவுக்காக ஒப்பனையேற்கக் காரணமான அவரை வணங்கியபடி மனதெல்லாம் பூப்பூக்கத் திரும்பி வந்தேன். காலச்சக்கரத்தின் சுழற்சியில் நடிப்பு என் தொழிலானது. கடவுள் கிருபையில் பல நல்ல கதாபாத்திரங்களை ஏற்று பிரச்சனை இல்லாமல் வேலை பார்ப்பவன் என்று பேரெடுக்கவும் என்னால் முடிந்தது. இன்றும் ஃபரீதிக்கா ஒரு அற்புத ஆன்மாவைப்போல லொக்கேஷனுக்கு வந்து போய்க் கொண்டிருக்கிறார்.

எனக்கு முதல் வாய்ப்பு வாங்கிக் கொடுத்தார் என்ற முறையில் ஃபரீதிக்கா என்னிடம் எதையும் கேட்கமுடியும். நான் சிபாரிசு செய்தால் கொஞ்சம் பெரிய பாத்திரம் அவருக்குக் கொடுக்கவும் இயக்குனர்கள் தயராய் இருக்கிறார்கள். ஆனால் ஃபரீதிக்கா ஒரு போதும் அப்படி கேள்வியோடு என் முன் வந்ததில்லை. அவருடைய சினிமா மோகம் என்பது எப்போதாவது ஊருக்கு வரும் நாட்கள் ஒன்றிரண்டு காட்சிகளில் சிறிய வேடங்களில் நடிப்பதோடு நிறைவடைவதாக இருந்தது. ஒரு டயலாக், ஒரு குளோசப் ஒன்றிரண்டு சீன் அவருடைய தேவை இவ்வளவுதான். மிகுந்த திருப்தியோடு அவருடைய பேராவல் முழுமையடைகிறது.

பழைய கணக்குகளுக்கு விடைகேட்காத மனசு சிறியதல்ல. சின்னச்சின்ன கனவுகளை மட்டுமே வைத்திருந்த ஃபரீதிக்காவிற்கு அதற்குள் அடங்க மறுக்கும் என் மனதை, அதன் குறுக்கு வெட்டுத்தோற்றத்தைப் புரிந்து கொள்ள முடியவில்லை. அது அவருக்கு அவசியமுமில்லை. இப்போது நான் நடிக்கும், 'க்ரோனிக் பாச்சுலர்' என்ற படத்திலும் அவருக்கு ஒரு காட்சியிருந்தது. அது என் மூலமாகக் கிடைத்ததல்ல. அவருடைய அறிமுகத்தாலும் பழக்கத்தாலும்தான் கிடைத்தது. நான் படப்பிடிப்புத்தளத்திற்கு வருவதற்கு முன்பே அவருடைய காட்சியை முடித்துக்கொண்டு புறப்பட்டுப் போய்விட்டார்.

சிலர் செய்யும் சிறிய உதவி நம் வாழ்க்கையைப் புரட்டிப் போடும். உதவியவரே நினைத்துப் பார்த்திராத உயரத்தில் நம்மை அந்த உதவி தூக்கி வைத்து அழகு பார்க்கும்.

ஃபரீதிக்கா என்னை நடிகனாக்கினார் என்று சொல்ல முடியாவிட்டாலும், அவர் செய்த உதவிக்கு என்னால் எதையும் திருப்பிச் செலுத்த முடிந்ததில்லை. திருப்பிச் செலுத்த வாய்ப்பு

வந்தபோது அவர் எதையும் கேட்கவில்லை. வாழ்வில் நானடைந்த பெரிய உதவிக்கு பிரதியுபகாரம் செய்ய வேண்டிய வாய்ப்பு வழங்கப்படவேயில்லை. எந்தவொரு எதிர்பார்ப்புமின்றி எத்தனை பேருக்கு என்னால் உதவ முடிந்திருக்கிறது? வெளியேயிருந்து பார்த்தால் மிகச் சாதாரணமாய்த் தோன்றும் விஷயங்களில்கூட உள்ளின் உள்ளே ஆழ்ந்து பார்க்கும்போது 'இதை செய்து கொடுத்தால்' என்ன கிடைக்கும் என்பதின் விஷநெடி அடிப்பதில்லையா?

தம் கனவுகளின் எல்லையைத் தீர்மானிப்பதும் அதற்குள்ளே நிறைவோடு வாழ்தல் என்பதும் சாதாரண காரியமல்ல. உதவ ஆட்கள் இருக்கிறார்கள் என்ற நினைப்பில் எவ்வளவு உயரத்திற்குப் போக முடியுமோ அவ்வளவு உயரம் போய்விடுவதென்பது தவறுதானே? நம்முடைய அவசியத்திற்காக யாரையும் துன்புறுத்தவும் நாம் யோசிப்பதில்லை. 'ஆத்திரக்காரனுக்கு புத்திமட்டு' என்று பெரியவர்கள் சொல்வது இதைத்தானே.

பெரியதொரு தங்கச் சுரங்கத்திலிருந்து தேவைக்கு மட்டும் வெட்டி எடுத்துக் கொள்ளும் மனது தங்கத்தைவிட வசீகரமானது. முப்பதாண்டுகளுக்குப் பிறகும் வழக்கம் போல இரண்டு நாட்கள் மட்டுமே படப்பிடிப்பிற்கு வந்து முழுத்திருப்தியோடு போகும் எஸ்.ஏ. ஃபரீதிக்கும் அந்த வசீகரமுண்டு. என் முன்னால் விரியும் தங்கச் சுரங்கத்தைப் பார்க்கும் போதெல்லாம் நானும் பிரார்த்தித்துக் கொள்கிறேன். ‘எனக்குன்டானதை மட்டும் இதிலிருந்து எடுத்துக் கொள்ளும் மனதிடத்தை ஃபரீதிக்காவைப் போல எனக்கும் கொடு’

★ இக்கா- அண்ணன். கேரள முஸ்லீம்கள் அண்ணனை இக்கா என்று அழைப்பார்கள். ஃபரீதிக்கா- ஃபரீத் அண்ணன்.

கர்வம்

எப்போது படப்பிடிப்பிற்குச் சென்றாலும் விதவிதமான முகங்களைப் பார்க்கமுடியும். அருகில் வருபவர், தூரத்திலிருந்தே பிரியத்துடன் பார்ப்பவர், உடன் நின்று புகைப்படம் எடுத்துக் கொள்பவர், இதிலெல்லாம் ஆர்வம் இல்லை என்று இருப்பவர்கள்...... இப்படிப் பலரும். நடிகர்களுக்கு முத்தம் கொடுப்பேன் என்று நண்பர்களிடம் பந்தயம் கட்டிவிட்டு பக்கத்தில் குதித்து விழும் வாலிபர்கள், நினைத்துப் பார்க்கவே முடியாத விசித்திர குணாம்சங்களோடு வருபவர்கள், எப்படியான ஆட்கள் இவர்கள் என்று பிரித்துணர முடியாததால் நான் எப்போதும் அவர்களிடமிருந்து இடைவெளியைத் தக்கவைத்தபடியே இருப்பேன். அது என் திமிராய் பலரால் புரிந்துகொள்ளப் படுவதும் உண்டு. எதனாலோ அதை நானாகத் திருத்திக் கொள்ளவும் முயன்றதில்லை. ஆனால் வார்த்தைகளும் நம் செயல்பாடுகளும் தெளிவாகவும் அளந்துமே பிரயோகிக்கப்பட வேண்டியது என்பதை லொக்கேஷனில் ஒரு இளைஞன் எனக்குப் புரிய வைத்தான்.

அன்று ஒரு வீட்டில் படப்பிடிப்பு நடந்து கொண்டிருந்தது. சுற்றிலும் மக்கள் கூட்டம். வீட்டு உரிமையாளர் ஒரு பக்கத்தில்

வசித்துக்கொண்டு மீதிப்பகுதியைப் படப்பிடிப்பிற்கு வாடகைக்குக் கொடுத்திருந்தார். படப்பிடிப்புக் குழுவிற்கு மிகவும் ஒத்துழைப்புக் கொடுக்கும் இந்த உரிமையாளர் எதனாலோ என் மனதைக் கவர்ந்து விட்டார். அதனால் நானும் வழக்கமில்லாத சுதந்திரத்தோடு அவரை என்னிடம் நெருங்க அனுமதித்திருந்தேன்.

ஐந்தாம்நாள் காலை. நான் படப்பிடிப்பிற்குத் தயாராகிக் கொண்டிருந்தபோது இருபது வயதுள்ள வாலிபன் அறைக்குள் நுழைந்தான். அறிமுகப்படுத்திக்கொள்ள பெயரைச் சொன்ன போது சிரித்தபடி அவனோடு கைகுலுக்கினேன். பிறகு நான் அவனைக் கவனிக்கவில்லை. ஆனால் அறைக்குள்ளேயே சுற்றிச்சுற்றி வந்தான்.

"என்ன?" - நான்கேட்டேன்.

"ஒண்ணுமில்ல"

"சரி. அப்படீன்னா பிறகு பார்க்கலாம்"

இப்படிச் சொன்ன பிறகும் அவன் போகவில்லை. கொஞ்ச நேரம் அமைதியாய் இருந்தேன்.

"எனக்கு மேக்கப் போடணும். கொஞ்சம் போறீங்களா?"

"நான் தொந்தரவு செய்யாம இங்க நின்னுக்கறேன் சார்" மிகவும் பவ்யத்தோடு அவன் சொன்னான்.

"அது சரிப்படாது. நீங்க கொஞ்சம் வெளியே இருங்க" என் குரல் உயர்ந்தது.

"நான் கொஞ்சம் பாத்துக்கறேனே. எந்தப் பிரச்சனையும் பண்ணமாட்டேன்"

அவன் மிகவும் பவ்யத்துடனும் முகத்தில் லேசான சிரிப்புடனும் சொன்னான். எனக்குள், ஈகோ மம்முட்டி சட்டென குதித்தெழுந்து வெளியே வந்தான்.

''வெளியேப் போகச் சொன்னது கேக்கலியா? போ மொதல்ல.''

அவன் பதில் சொல்வதற்கு முன்பே, அவனைப் பிடித்திழுத்து வெளியில் தள்ளிக் கதவைத் தாளிட்டேன் கதவுக்குப் பின்னால் காத்திருந்த ஜனக்கூட்டம் இதை கவனித்திருக்கும்.

மாலையில் படப்பிடிப்பு முடிந்து அறைக்கு வந்தபோது வீட்டின் உரிமையாளர் வந்தார். அப்போதும் அந்தப் பையன் கதவருகில் பதுங்கி நின்றிருந்தான். வீட்டுச் சொந்தக்காரர் அவனை என்னிடம் அறிமுகப்படுத்தினார்.

''இவன் என்னோட மகன். திருவனந்தபுரத்தில் படிக்கிறான். உங்க படம்னா அவனுக்கு ரொம்பப் பிடிக்கும். உண்மையா அவன் சொல்லித்தான் இந்த வீட்டையே உங்க யூனிட்டுக்கு வாடகைக்குக் கொடுத்தேன். ஸ்கூலுக்குப் போகச் சொன்னா போகமாட்டேங்கிறான். உங்க பட ஷீட்டிங் முடியறவரை பாத்திட்டுத்தான் போவேன்னு சொல்றான்.''

அந்தப் பையனின் முகத்தில் அப்போதும் சிரிப்பு பாக்கியிருந்தது. எனக்குத் தான் அதை வலிய வரவழைக்க வேண்டியதிருந்தது. பதில் சொல்ல வார்த்தைகளைத் தேடிக் கொண்டிருந்தேன். 'தெரியாம நடந்திடிச்சு' என்று ஏதோ சொன்னேன். நான் பேசுவதற்கு முன்பே பையன் எல்லாவற்றையும் மன்னித்திருந்தான். ஆனால் என் குற்றவுணர்வையும் வேதனையையும் மறைக்க முடியவில்லை. வீட்டின் சொந்தக்காரனை நான் பலர் முன்னால் வெளியே

துரத்தியிருக்கிறேன். அந்தப் பையனின் மனவேதனையை என்ன சொல்லி நான் தீர்க்க முடியும்? நடிகன் என்பதால் மட்டுமே அவனுடைய அப்பா அதைப் பொறுத்துக் கொண்டிருக்கிறார். சிறியதொரு அவமானப்படுத்தலைக்கூடத் தாங்காத நான், பூமியளவு பெரிதாய் அவமானப் படுத்தியிருக்கிறேன். எந்த வார்த்தைகளாலும் செய்த தவறை உறிஞ்சிவிட முடியாது. அவன் மன்னித்தாலும் என் உள்மனம் என்னை மன்னிக்காது.

நம்மிடமிருந்து போய்விட்ட செயலும், சொல்லும் திருப்பி எடுக்க முடியாதவை என்று அன்றெனக்குப் புரிந்தது. ஒருநிமிட நேரம் பொறுமை யோடிருந்திருந்தால் என்னால் அவனிடம் குற்றவுணர்வற்று உரையாட முடிந்திருக்கும்.

ஒவ்வொரு நிமிடமும் நம் கையிலிருந்து கடந்து போய்க் கொண்டேயிருக்கிறது. அடுத்த விநாடியைச் சரியாகச் செய்வதென்பது மட்டுமே நம்மால் தீர்மானிக்கக் கூடியது. எதிர் காலத்தையோ, இறந்த காலத்தையோ கொஞ்சமும் நம்மால் கட்டுப்படுத்த முடியாது. பல நேரங்களில் கையிலிருக்கும் நிமிடத்தையே நன்றாகப் பிரயோகிக்க நம்மால் முடியவில்லை.

கலவரத்தில் நெருப்பூட்டுபவர் அந்த ஒரு நிமிடம் நிதானித்தால் கலவரமும் இழப்பும் ஏற்படுமா? இல்லையென்றே தோன்றுகிறது. நெருப்பு மூட்டியபின் யோசித்து என்ன பயன்? நெருப்பு மூட்டத் தீர்மானித்த ஒரு நிமிடம்தான் எல்லாவற்றையும் தீர்மானிக்கிறது.

செய்துவிட்ட காரியங்களைத் திருப்பி எடுக்கவோ, வேறொரு செயல் மூலம் அதை மாற்றிவிடவோ முடியாது. வார்த்தைகள் கையிலிருந்து தவறவிட்ட கல் என்று பெரியவர்கள் சொல்வார்கள்.

திருத்திக்கொள்ள வேண்டிய தவறைச் செய்யாமலிருப்பது என்பதுதான் சரியாக வாழ்வதற்கான வழி.

எப்போதுமே நம் கைப்பிடியில் இருக்கும் அடுத்த விநாடியைச் செலவிடுவதில் சமநிலை பிறழாத யோசனையை நாம் பயன்படுத்திக்கொள்ள வேண்டும். தற்கொலைக்கு முயற்சிப்பவர் தன்னுடைய அடுத்த விநாடியை என்ன செய்ய வேண்டுமென்று கொஞ்சம் யோசித்தால் காப்பாற்றப்படுவது ஒரு மனித வாழ்வு மட்டுமல்ல; பல மனித வாழ்வுகள்.

நாம் தவறு செய்கிறோம், இனியும் செய்வோம். ஆனாலும் நம் வசமிருக்கும் அடுத்த நொடியை மனதின் ஈரம் படிந்த அமைதியின் உள்அறையில் பத்திரப்படுத்தி வைக்கவேண்டும் என்று நான் ஆசைப்படுகிறேன். வாழ்வின் அடுத்த நிமிடத்தை விரல் நுனியிலேயே வைத்திருக்க வேண்டும்.

மம்முட்டி

வெறுமை

வடகேரளத்தின் ஒரு உள்ளடங்கின கிராமத்தில்தான் அந்த முதியவளைப் பார்த்தேன். கேரளாவில் எங்கு படப்பிடிப்பு நடந்தாலும் பொங்கிப் பெருகும் உற்சாகம் பற்றிச் சொல்ல வேண்டியதேயில்லை. அன்றைய படப்பிடிப்பு ஒரு பழைய வீட்டில் நடந்தது. வீட்டு வராந்தாவின் ஒருபுறமாகவே ஒப்பனைக்கு இடம் ஒழுங்கு செய்யப்பட்டிருந்தது. தேவைக்கும் குறைவான மங்கிய வெளிச்சத்திலும் சுற்றிலும் பலர் வந்து இடம் பிடித்திருந்தார்கள்.

கிராமங்களில் நடக்கும் படப்பிடிப்புகளில் அவர்களை வெளியே போகச் சொல்வதெல்லாம் முடியாத காரியம். கூட்டத்திற்கிடையில் பலரும் சினிமா டயலாக்குகளைச் சொல்வதைக் கேட்க முடிந்தது. 'இக்கா என்றும்' சேட்டா என்றும் 'அண்ணா' என்றெல்லாம் என்னைக் கூப்பிட்டுப் பார்க்கிறார்கள். இந்தச் சப்தங்களுக்கிடையில் என் பின்னாலிருந்து நான் எப்போதும் கேட்காத ஒரு குரலைக் கேட்டேன்.

மிகவும் பழக்கப்பட்ட குரலில் 'மோனே' என்று வாஞ்சையுடன் ஒரு முதியவளின் குரல் என்னைத் திரும்பிப் பார்க்க வைத்தது.

எழுபது வயது மதிக்கத்தக்கவள். பார்ப்பதற்கு மிகவும் ஐஸ்வர்யத்தோடு இருந்தார். முடியில் நரையின் மினுமினுக்கும் அழகு. மல்லுவேட்டிகட்டி மல்லுத் துணியிலேயே தைத்த ஜாக்கெட் அணிந்து மார்பில் ஒரு துண்டைப் போட்டுக் கொண்டு சிரித்தபடி நின்றார். பற்கள் வெற்றிலைச் சாறில் ஊறிச் சிவந்திருந்தது. மெலிந்த உடல். அனுமதிக்கெல்லாம் காத்திருக்காமல் பக்கத்தில் வந்து நின்று முகத்தையும், தலையையும் தடவிக் கொடுத்தபடி அவள் கேட்டாள்.

"நீ வர ஏன் இவ்வளவு நேரமாச்சு? நான் மறுபடியும் ரெண்டு நாளக்கி முன்னாடி வருவேன்"

"கொஞ்சம் நேரமாயிடிச்சு" அந்தம்மாவைத் தவிர்க்க நான் சங்கடத்துடன் சொன்னேன். மேக்கப் போட்டுக் கொள்ளும்போது என்னைத் தொடுவதும் கவனம் சிதறவைப்பதும் என்னை லேசாக எரிச்சல் பட வைத்திருந்தது. படப்பிடிப்புக் குழு மொத்தமும் என் வருகைக்காகக் காத்திருந்தது. ஆனால் அவள் சூழலின் கனமறியாமல் தொடர்ந்தாள்.

"மாட்டைக் கட்டக் கூட ஆளில்லை, சரோஜினியோட குழந்தை ஸ்கூலுக்குப் போயிட்டா. நான்தான் எல்லாத்தையும் பாக்கணும், முடியல...."

முதியவளின் வீட்டு மனிதர்கள் எனக்கு மிகவும் தெரிந்தவர்கள் மாதிரி பேசிக்கொண்டே போனாள். ஏதோ நினைத்த நான் அவளுக்கு ஒரு நாற்காலியைப் போடச்சொல்லி உட்காரச் சொன்னேன்.

"அடுத்த மாசம் தான் அப்பாவுக்குத் தெவசம். எல்லாரும் வருவாங்களான்னு தெரியல. விலாசினி நெறமாசமா இருக்கா.

முன்ன மாதிரி முடியலன்னாலும் ஏதாவது செய்து அனுப்ப வேண்டாமா? நீ வந்த பிறகு முடிவு பண்ணிக்கலாமின்னு நெனச்சேன். நீ எப்ப வரே?''

நடுவில் ஒரு ஷாட்டுக்காகப் போய்விட்டுத் திரும்பி வந்த போதும் அவள் அங்கேயே உட்கார்ந்திருந்தாள். என்னைப் பார்த்ததும் மீண்டும் பேசத் தொடங்கினாள்.

''ராஜன் கிட்டயிருந்து தபாலே வர்றதில்ல. பெங்களூர்ல நல்லாயிருக்கான்னு பாத்திட்டு வந்தவங்க சொல்றாங்க. அதானே நமக்கும் வேண்டியது. வேலையெல்லாம் முடிச்சிட்டு அவனுக்கும் வரப்போக நேரமிருக்காது. பாவம் அவன், என்னப் பாக்காம ரொம்பக் கஷ்டப்படுவான்.''

அவள் பேசுவது கடந்த வாரச் சம்பவங்களின் ஞாபகச் சிதறல்கள்தான். அதற்கு முன்பான தகவல்கள் எல்லாம் எனக்குத் தெரியும் என்று முழுமையாக நம்பினாள். எந்த நொடி என்று உணர முடியாமல் ஒரு சினேகம் அவள் மீது படிந்தது. இரண்டாம் நாள் வரும்போது அவள் கையில் ஒரு சொம்பு இருந்தது. வேட்டியின் மடிப்பிலிருந்து டம்ளரை எடுத்து அது நிறைய சொம்பிலிருந்த பாலை ஊற்றி எனக்குத் தந்தாள்.

''நம்ம மாட்டுப்பால், குடிச்சுப்பாரு''

எப்போதும் பால் குடிக்கப் பிடிக்காத நான் அதை வாங்கி மடமடவெனக் குடித்தேன். தொடர்ந்த உரையாடல்களில் எனக்கு அவளுடைய வீட்டைப்பற்றி அனுமானிக்க முடிந்தது.

மூத்தமகன் பெங்களூரிலும், இரண்டாமவன் மிலிட்டரியிலும் இருந்தார்கள். மகளில் மூத்தவள்தான் இப்போது கர்ப்பிணி,

கடைசி மகளைப் பக்கத்திலெங்கோ திருமணம் செய்து கொடுத்திருந்தார்கள். ஒரு மகளுடைய மகள்தான் கிழவிக்கு எப்போதாவது துணைக்கு வருவாள். ஆனால் அவளுடைய அந்திம நாட்களில் பெரும் பகுதியைத் தனிமைதான் தின்று கொண்டிருந்தது.

இதில் ஏதோ ஒரு மகனுடைய நினைவில்தான் இப்போது பொருந்தியிருக்கிறேன். மிலிட்ரியில் இருப்பவனாக என்னை நினைத்திருக்கலாம். ஏனெனில் நான் அந்தப்படத்தில் ஒரு போலீஸ் அதிகாரி வேடமேற்றிருப்பது கூட அவளை அப்படி நினைக்க வைத்திருக்கலாம் படப்பிடிப்பில் ஒரு கதாபாத்திரம் என்னை முகத்தில் அறையும் காட்சி படமாக்கப்பட வேண்டியதிருந்தது. குளோசப் காட்சி எடுப்பதற்காக அடித்த உடனே முகத்தைத் திருப்பிய நான் அவள் முகத்தைத்தான் பார்க்க வேண்டியிருந்தது. நான் நிஜமாகவே அடிக்கப்பட்டேன் என்று நினைத்த அவள் துடித்துப்போனாள். கண்கள் மெல்ல மெல்ல நிறையத் தொடங்கின. பக்கத்தில் வந்தபொழுது கம்மின குரலில் கேட்டாள்,

"என்ன பொழப்புடா இது? ரொம்ப வலிச்சிடுச்சா?' கேட்டவள் அதிக நேரம் அங்கு நிற்கவில்லை. மறுநாள் வரும்போது மடியிலிருந்து பொட்டலமாக எதையோ எடுத்து என் கையில் திணித்தாள். குனிந்து பார்த்தபோது கைநிறைய சுட்ட முந்திரிபருப்பு. எனக்கு முந்திரி பிடிக்கும் என்பதால் அதை முழுவதுமாய் என் பாக்கெட்டில் போட்டு வைத்துக்கொண்டு கொறிக்கத் தொடங்கினேன். முந்திரிப்பருப்பை வாயில் போட்டு மெல்வதைப் பார்த்தவள் சிநேகமாகப் புன்னகைத்தாள். சாப்பிடுவது நானாக இருந்தாலும் ருசியை உணர்வது அவளாக இருந்தது என்பது முகத்திலேயே தெரிந்தது.

மறுநாள் படப்பிடிப்பைச் சட்டென மாற்ற வேண்டியதிருந்தது. இரவே நான் திரும்பி விட்டிருந்தேன். போகும்போது அவளிடம் சொல்லிக் கொள்ள வேண்டுமென்றோ கையில் ஏதாவது கொடுக்க வேண்டுமென்றோ நினைத்ததெல்லாம் நடக்கவேயில்லை.

நான்கைந்து வருடங்களுக்குப் பிறகு அதே படத்தின் இரண்டாம் பாகம் எடுக்க அதே கிராமத்திற்குப் போனோம்.

பெயர்கூடத் தெரியாத அந்த முதியவளின் முகம் தேடி நான் படபடப்பானேன். 'மோனே' என்ற குரலுக்காகச் செவிமடுத்துக் காத்திருந்தேன். எதுவும் நடக்கவில்லை.

வழக்கமான வேலைகளுக்கிடையில் நான் கொச்சிக்கு வந்து மகளைப் பார்த்து விட்டுப் போவதுண்டு. ஆனால் வைக்கத்திற்கு அருகில் இருக்கும் 'செம்பு' என்ற என் சொந்த கிராமத்திற்குப் போய் அம்மாவையும் அப்பாவையும் பார்ப்பதில்லை. ஒரு முறை அப்பா கேட்டார்.

"நீ கொச்சிக்கு வந்திட்டு இங்க வராமப் போற?"

"பிள்ளைகளைப் பார்க்கணும்னு ஆசையாயிருந்ததினால வந்தேன். இங்க வர எனக்கு நேரமில்ல"

"அதே போல எங்க மகனைப் பார்க்க ஆசையோடிருக்கும் அப்பாவும் அம்மாவும்தானே இங்க இருப்பதும்..."

அதைக் கேட்டதும் நிஜத்தில் நான் கரைந்து போனேன். இதயத் தமனிகளில் எங்கோ வெடித்தது போல உணர்ந்தேன். எனக்கு உடனே படப்பிடிப்பில் பார்த்த அந்த அம்மாவின் நினைவே வந்தது. அவளுக்கு நான்கு பிள்ளைகள் இருந்தும் அனாதையாக

இருந்தாள். என் அம்மாவும் எனக்காக நெஞ்சுருகி காத்திருப்பாள் என்ற நினைவே என்னை வேதனைக்குள்ளாக்கியது. அதன் பிறகு, எப்போது கொச்சிக்குப் போனாலும் அம்மாவையும் அப்பாவையும் பார்த்து விட்டுத்தான் வருவேன். முடியாமல் போகும்போது உடனே கிளம்புவதற்கான சம்மதத்தையாவது தொலைபேசியில் அவர்களிடம் வாங்கத் தவறியதில்லை.

நாம், அம்மாக்களுக்கும் அப்பாக்களுக்கும் நல்ல வசதியான முதியோர் இல்லங்களை ஏற்பாடு செய்யும் அவசரத்திலிருக்கிறோம். அதொரு மகா தவறென்று உணருவதேயில்லை.

வீட்டிலிருந்து பறித்து வேறு இடத்தில் நடும்பொழுது அவர்களுக்கு நஷ்டப்படுவது வீடில்லை; குழந்தைகளின் பிரியம் தானென்பதை நாம் மறந்து போகிறோம்.

எந்த முதியோர் இல்லங்களாவது பிள்ளைகளின் பிரியத்தைத் தருகிறோம் என்று விளம்பரப்படுத்த முடியுமா? எவ்வளவு கஷ்டப்படுத்தினாலும் அம்மாவோடும் அப்பாவோடும் உள்ள பிரியத்தின் அடர்த்தி அதிகரித்து கொண்டுதான் போகும்.

முதியோர் இல்லங்களைத் தேடி வருகிறவர்களும், வாழ்வின் அவசரத்தில் திரும்பிப் பார்க்க மறந்து போகிறவர்களும் நமக்காகவும் எங்கோ மூலையில் ஒரு முதியோர் இல்லம் இருக்கிறதென்பதை, நினைவில் வைத்துக் கொள்ள வேண்டும், ஏதோ ஒரு வீட்டில் நம்மையும் காலம் தனிமைப்படுத்தும் என்பதை மறக்காமல் அந்த நொடி சமீபிக்காமலிருக்க வாழ்வின் பரபரப்புகளுக்கிடையில் பெற்றவர்களுக்குப் பிள்ளைகளாக மாறி மகிழ்விப்போம்.

ஆக்ஷன் பாபு

தமிழ்நாட்டு கிராமமொன்றில் அன்று படப்பிடிப்பு நடந்து கொண்டிருந்தது. கதாநாயகனான எனக்கும் வில்லனுக்கும் இடையில் நடக்கும் சண்டைக்காட்சி படமாக்க வேண்டிய திருந்தது. கிராமத்தில் வாழ்பவர்களின் பெயரையே படத்தில் புதுமையாக எல்லோருக்கும் வைப்பது என்ற முடிவிலிருந்தார் இயக்குனர். எனக்கெதிராய்ப் போராடும் வில்லனின் பெயர் உண்மையில் வாழ்ந்து கொண்டிருப்பவரின் பெயராக இருந்தது. தமிழ் சினிமாவில் இப்படி பல புதுமைகள் நடக்கும்.

ஆக்ஷன் பாபு என்ற வில்லன் பாத்திரத்தை இயக்குனா் அதன் அதிகபட்ச சாத்தியங்களுடன் உருவாக்கி இருந்தார். வில்லன் குடிப்பார், பெண்களை அதிகத் தொந்தரவுக்குள்ளாக்குவார், கடைகளில் மாமூல் வசூலிப்பார், எங்கேயும் எப்போதும் எதையும் எடுத்துக்கொண்டு போய் விடுவார். ஓயின் ஷாப்புகளிலும், அங்காடிகளிலும், சலூனிலும் பணம் கொடுக்கமாட்டார். சட்டைக்குப் பின்னால் பளபளக்கும் வீச்சரிவாள் லேசாய் வெளியில் தெரிய நடப்பதுதான் பாபுவின் அடையாளம். அவரை வில்லன்களின் வில்லன் என்றும் சொல்லலாம்.

சிறு நகரமாக இருந்ததால் அங்கு படப்பிடிப்பு முடிந்த பிறகு தங்குவதற்கு நல்ல விடுதிகள் இல்லை. கேரளத்தின் நகரத்தை ஒப்பிட்டுப் பார்த்தால் இது கிராமம். ஒருமணி நேரப்பயணத்தின் முடிவில்தான் நல்ல விடுதியை வந்தடைய முடியும். இரவு பதினோரு மணிக்குப் படப்பிடிப்பு முடிந்து ஹோட்டலுக்குத் திரும்பினோம். நிலவு வெளிச்சத்தில் அத்தமிழ்நாட்டுக் கிராமம் மிகவும் அழகாக இருந்தது. எப்போதும் போல நானே காரை ஓட்டிக் கொண்டு வந்தேன்.

புறப்பட்ட சிறிது நேரத்தில் வழியில் இருசக்கர வாகனத்தைத் தள்ளிக்கொண்டு ஒருபெண்ணும், உடன் ஆஜானுபாகுவான ஒரு ஆணும் சண்டை போட்டுக்கொண்டே நடந்து போவதைப் பார்த்தேன். அந்த ஆளின் பைக்கும் பக்கத்தில் நிறுத்தி வைக்கப்பட்டிருந்தது. அவன் அவளின் வண்டியைப் பிடித்திழுப்பதும், அவள் அதை எதிர்ப்பதும் கார் அவர்களைக் கடந்து போகும் இடைவெளியில் பார்க்க முடிந்தது.

''என்னடா அங்க பிரச்சனை?''

நான் வண்டியின் வேகத்தைக் குறைத்தபடி கேட்க, என் டிரைவர் சொன்னான்.

''வேணாம் சார். பழக்கமில்லாத இடமா இருக்கு. நிறுத்த வேணாம் சார்.''

எனக்கும் சரியென்றே தோன்றியதால் வேகமெடுத்தேன். எனக்குள்ளிருக்கும் கதாநாயகன் மறைந்து சாதாரண மனநிலையிலான பயந்த மனிதன் விழித்து என்னை ஆக்ரமித்துக் கொண்டிருந்தான். சாலை விபத்தைப் பார்க்க நேர்ந்தால் எல்லாத் தைரியமும் வடிந்து, ஆண்மை ஒளிந்து படபடப்புடன் அதிக

வேகமெடுத்து வண்டி ஓடுமே போல் வண்டி ஓட்டினேன், சினிமாவில் வில்லன்களின் கூட்டத்தையே அடித்து நொறுக்கிவிடலாம். ஆனால் நிஜத்தில், இந்த இரவில் வண்டியிலிருந்து இறங்கி அந்த ஆஜானுபாகுவான ஆளோடு தகராறு செய்தால் நான் காணாமல் போய்விடுவேன். அதுதான் நிஜம், சினிமா அல்ல வாழ்க்கை.

ஆனால் ஒரு கிலோமீட்டர் கடந்திருந்த நேரத்தில் என்னிலிருக்கும் மனிதம் மீண்டும் உயர்ந்தெழுந்தது. என்னால் அந்தக் காட்சியைப் பார்த்துவிட்டுப் போய்விட முடியவில்லை. அந்தப் பெண்ணின் நிலைமை குறித்து யோசித்து திரும்பிப்போக முடிவுசெய்தேன். டிரைவர் மீண்டும் மீண்டும் என்னைத் தடுத்தபோதும் நான் அதைக் கேட்கவில்லை.

திரும்பிச் சென்ற சிறிது நேரத்தில் அந்தப் பெண்ணையும் ஆணையும் நிலவு வெளிச்சத்தில் மீண்டும் பார்த்தேன். அவன் அவளுடைய இருசக்கர வாகனத்தைத் தள்ளிக்கொண்டு வந்தான். பின்னால் சத்தமாகப் பேசிக்கொண்டே அந்தப் பெண்ணும் நடந்து வந்து கொண்டிருந்தாள். சட்டென உள்ளே புகுந்து சண்டைபோட நேர்ந்தால் வசதியாக இருக்குமென்று என் காரை மரத்தடியில் ஓரமாக நிறுத்தினேன். உதவிக்கு டிரைவர் இருப்பதால் இறங்கலாம் என்றும் நினைத்தேன். அதற்குள் சாலை ஓரத்தில் இருக்கும் குடிசை வீட்டின் கதவை அந்த ஆள் பலமாகத் தட்டினான். உள்ளேயிருந்து பதில்வராத கோபத்தில் அவன் கதவை எட்டி உதைத்தான். உட்புறமாக உடைந்து விழுந்த கதவின் மீதேறித் திட்டிக்கொண்டே ஒருமெலிந்த ஆள் வெளியே வந்தான். உள்ளேயிருந்து ஆக்ரோஷத்துடன் வெளியே வந்தவன் வெளியில் நிற்பவனைப் பார்த்ததும் பூனையைப் போலப்

பதுங்கினான். கண்ணிமைக்கும் நேரத்தில் ஏதேதோ பொருட்களை அள்ளியெடுத்துக்கொண்டு வெளியே வந்தான் அவன்.

மண்ணெண்ணெய் விளக்கு பற்ற வைத்து வண்டியின் பஞ்சரைச் சரிபார்க்கத் தொடங்கினான். அவள் வண்டியைப் பிடித்தபடி நின்றிருந்தாள். அவன் பக்கத்தில் உட்கார்ந்தபடி புகைபிடித்துக் கொண்டிருந்தான். சிறிது நேரத்திற்குள் அவனிடம் ஏதோ சொல்லிவிட்டு வண்டியை ஓட்டிக்கொண்டு போக ஐந்து நிமிட இடைவெளியில் அவனும் போனான்.

இருவரும் போய்விட்டார்கள் என்பதை உறுதிப்படுத்திக் கொண்டு நான் காரை குடிசையின் முன்னால் நிறுத்திவிட்டு அவர்களைப் பற்றி விசாரித்தேன். பஞ்சர் கடைக்காரன் தமிழில் கதையைத் தொடக்கத்திலிருந்து சொன்னான். அந்தப் பெண் பதினைந்து கிலோமீட்டர் தூரத்திலிருக்கும் மில்லில் வேலை பார்க்கிறாள். இரவு ஷிஃப்ட் முடிய நேரமாகிவிட்டது. திரும்பி வரும்பொழுது வண்டி டயரும் பஞ்சராகி விட்டது. அதற்குப் பிறகான சம்பவங்கள்தான் நான் பார்த்தவை.

"அந்த ஆள் எதுக்கு அவளைத் தடுத்து நிறுத்தினான்?"

"தடுத்து நிறுத்தல சார். பஞ்சரான வண்டியைத் தள்ளிட்டு போகாம, அவனோட வண்டியில வீட்டுக்குக் கொண்டுபோய் விடறேன்னு, அண்ணன் சொல்லிப் பார்த்தாராம் சார்"

"அப்புறம்?"

"அந்தப் பொண்ணு சம்மதிக்கலயாம். அதனால் தான் அண்ணன் இங்கே கொண்டு வந்து பஞ்சர் ஒட்டிக் கொடுத்தார். அது முன்னாலயே இங்க வந்திச்சு சார். பஞ்சர் ஒட்டறபையன்

வீட்டுக்குப் போயிட்டதால நான் தான் கடையைத் திறக்கல."

"அப்பத்தொறக்காம இப்ப எப்படித் தொறந்து வேலை செஞ்சே?"

"அய்யோ சார், நாளைக்கு நான் வாழ வேண்டாமா?"

"அப்படீன்னா?"

"சரியாப் போச்சு போங்க. ஆக்ஷன் பாபு கிட்டப் பகைச்சிக்கிட்டு குடும்பத்தையும், கடையையும் நடத்த முடியுமா? யாரோ அவருக்குத் தெரியாத பொண்ணத் திருப்பி அனுப்புனதுக்கே என் கதவு போச்சு."

புலம்பியபடியே அவன் உடைந்த கதவை எடுத்தான். நான் அப்படியே அதிர்ந்து போனேன். பகல் முழுவதும் நான் சண்டையிட்டது இந்த ஆக்ஷன் பாபுவின் பிரதிபிம்பத் தோடுதான். சினிமாவில் வேடமிட்ட சாயலின் உருவத்தைத்தான் நான் இப்போது பார்த்தேன்.

இரவில் தனியாக ஒரு பெண்ணை உடல் வலுவுள்ள ஒரு ஆள் வழிமறித்துச் சண்டையிடுவதைப் பார்த்த பின்பும் பேசாமல் வண்டியை நிறுத்தாமல் போன நல்லவனாகிய, படிப்பும் அறிவும் சுயசிந்தனையுமுள்ள நானெங்கே? வண்டியை பஞ்சர் ஒட்டி, அப்பெண்ணைப் பத்திரமாக வீட்டில் சேர்க்க உதவிய எழுத்தறிவற்றவனும் ரவுடியுமான, ஆக்ஷன் பாபு எங்கே?

யதார்த்த வாழ்வில் வில்லன் யார்? ஹீரோ யார்?

வி ஆர் மலையாளிஸ்

ஆந்திராவின் வெப்பம் உமிழும் நாட்கள் அவை. நகரத்தை விட்டு தொலைவிலிருந்த பொது நிறுவனத்தின் ஃபேக்டரியில் அன்றைய படப்பிடிப்பு நடந்தது. விடியற்காலையில் தொடங்கிய படப்பிடிப்பு கம்பெனியின் அலுவலகத்திலும், வெளியிலும் அங்கேயே வாழ்பவர்களுக்கு நடுவிலுமாக நடந்து கொண்டிருந்தது. இரண்டு மூன்று மலையாளப் படங்களை மொழிமாற்றம் செய்து நான் நடித்த படங்கள் தெலுங்கர்களுக்கு மிகவும் பிடித்துப் போனதால் எனக்குக் கிடைத்த நேரடி தெலுங்குப் படம் இது. யூனிட்டில் எல்லோரும் தெலுங்கு பேசுபவர்களாக இருந்தார்கள். சுற்றிலும் இருக்கும் மக்களும் தெலுங்கர்கள். எனக்கோ இந்த பாஷையில் எந்த ஈர்ப்புமில்லை. சூழல் பிடிக்காமலிருந்த அந்த நேரத்தில்தான் என்னைச் சிலர் பார்க்க வந்தார்கள். அவர்கள் எல்லோரும் கம்பெனி யூனிஃபார்மில் இருக்கும் மலையாளிகள். என்னைப் பார்த்து மிகவும் அன்பாகச் சிரித்தபடி பேசினார்கள்.

‘‘சார், வி ஆர் மலையாளீஸ்’’

‘‘ம்ம்.....எப்படி இருக்கீங்க? இங்க என்ன செய்யறீங்க?’’

அவர்களுக்கு என்னைப் பார்த்ததில் அளவிட முடியாத சந்தோஷம்.

என் மனநிலையும் அப்படித்தான் இருந்தது. கரையில் பிடித்துப் போட்ட மீனைப் போல துடித்துக் கொண்டிருந்த வேளையில் சுவாசத்திற்கான ஒரு துளிரைப் போல மலையாளம் கேட்க முடிந்தது. வெயிலின் கடுமை வேறு தாங்க முடியவில்லை. நான் அவர்களிடம் விரிவாகப் பேச ஆரம்பித்தேன். நாட்டு நடப்புகள் கை மாறின.

"என்ன விசேஷம்?" என்ற கேள்வியிலேயே ஒரு மலையாளியைக் கண்டு பிடித்துவிடலாம். இருந்தாலும் மலையாளிகள் தங்களை, "வி ஆர் மலையாளீஸ்" என்று அறிமுகப்படுத்திக் கொள்கிறார்கள். எனக்கு உள்ளுக்குள் சிரிப்பு பூக்க ஆரம்பித்தது. எங்கே போனாலும் மலையாளத்தை ஆங்கிலமாக்கிப் பேசும் மலையாளிகளும் நினைவில் வந்து போனார்கள். இப்படியான எண்ண ஓட்டத்திற்கிடையில்தான் "வி ஆர் மலையாளீஸ்" என்று தங்களை அறிமுகப்படுத்திக் கொண்ட சந்திரனையும் ராகவனையும் சந்திக்க முடிந்தது.

'நான் ராகவன். மலையாள அசோஷியேஷன் செக்ரட்டரி"

"நான் சந்திரன். அசோஷியேஷன் ப்ரசிடெண்ட்"

அதன்பிறகு அவர்கள் மலையாளிகளின் பிரச்சனைகளைப் பேசினார்கள். அனேகமாக எல்லோரின் குழந்தைகளுக்கும் மலையாளம் எழுதத் தெரியாமலிருந்தது. ஓரளவு பேசத் தெரிந்திருந்தது. பேசவும் தெரியாத குழந்தைகளுக்கு மலையாளம் கற்றுக்கொடுக்க அவர்கள் எடுக்கும் சிரமத்தைக் கேள்விப்பட்டபோது இந்த அந்நிய நாட்டில் இவர்கள் தங்கள்

மொழியைத் தக்கவைத்துக் கொள்ள இவ்வளவு சிரமப்படுகிறார்களே என்று சந்தோஷமாகவும் நிறைவாகவும் இருந்தன.

''மலையாளப் படங்களை டி.வி.யிலும், வீடியோவிலும் பாக்கறதனாலதான் கொஞ்சமாவது பசங்க மலையாளம் கத்துக்கறாங்க சார்''

அவர்கள் சொன்ன தகவல் புதியதாக இருந்தது. கேரளத்திற்கு அப்பால் உள்ள மலையாளிகளை மலையாளம் கற்கவைக்கும் வேலையைக்கூட நாங்கள் செய்கிறோம் என்று புரிந்தபோது மனதில் லேசான கர்வம் புகுந்தது. மலையாளிகளின் அருகாமை, முற்றிலும் வேறான அச்சூழலில் எனக்குப் பிடித்திருந்தது. கேரளாவின் மகத்தான ஒருநடிகர் தெலுங்கில் நடிக்க வந்திருக்கிறார் என்கிற புரிதல் தெலுங்கர்களின் செயல்பாடுகளில் தெரிந்தன. படப்படிப்பு தொடர்ந்ததால் நான் அவர்களிடமிருந்து விடைபெற்றுக் கொண்டேன்.

நடு இரவிலும் படப்பிடிப்பு தொடர்ந்தது. ஹாஸ்டலில் ஒளிந்திருக்கும் நக்ஸலைட்டை போலீஸ் ஆஃபீசரான நான் வசிப்பிடங்களுக்கு மத்தியில் ஓடிப்பிடிப்பதான காட்சி படமாக்கப்பட்டுக் கொண்டிருந்தது. படப்பிடிப்பு நடப்பதற்கிடையே பக்கத்துக் காலனியிலிருந்து கூச்சல் கேட்டது. யாரோ இரண்டு பேர் ஹிந்தியில் ஒருவரையொருவர் திட்டிக் கொண்டிருந்தார்கள். அவர்கள் நன்றாகக் குடித்திருந்தார்கள் என்று யூனிட்டில் சொன்னார்கள். திட்டிக்கொள்பவர்களின் குரல் எங்கேயோ கேட்டது போலவே இருந்தது.

படப்பிடிப்பின் உச்சபட்ச வெளிச்ச உமிழ்தலுக்கிடையில் நிற்கும் எனக்கு அதிக வெளிச்சமில்லாத அந்த இடத்தில்

நடப்பதைச் சரியாகப் பார்க்க முடியவில்லை. அந்த ஷாட் முடிந்தவுடன் விளக்குகள் அணைந்தன. நான் மெதுவாகப் பிரச்சனை நடக்கும் இடத்தைப் பார்த்தேன். பிரச்சனையின் கதாபாத்திரங்களே சந்திரனும் ராகவனுமாக இருந்தார்கள். நான் அருகில் சென்றதும் கூட்டம் கூடியது. அவர்கள் இருவரும் என்னைப் பார்த்தார்கள். அவர்கள் அசிங்கப்பட்டுப் போயிருக்கலாம்.

"என்ன மலையாளீஸ் இது?"

"ஒருசின்னபிரச்சனைசார்"

"நீங்க ரெண்டு பேரும் பச்சை மலையாளிகள் தானே. அப்புறம் ஏன் ஹிந்தியில் திட்டிக்கறீங்க?"

"மலையாளத்தில் பேசினால் இங்க இருக்கிற கொஞ்சம் மலையாளிகளுக்குத்தான் சார் புரியும். ஹிந்தியில் திட்டினால்தானே எல்லோருக்கும் புரியும்."

என்னை அதிரவைத்தபடி ராகவன் பதில் சொன்னார். மலையாளிகளின் இப்படியான அறிவுக்கூர்மைக்கு முன்னால் நான் வெட்கித் தலை குனிந்தேன். மொழியின் மதிப்பு இவர்களுக்குத் தெரியும். சட்டென என்னிடமிருந்து வார்த்தைகள் வந்தன.

"யெஸ். திஸ் ஈஸ் மலையாளி"

மலையாளி அவசியமில்லாத இடத்தில் ஆங்கிலம் பேசுவான். அவசியப்படும் இடத்தில் பேசமாட்டான். நேர்முகத்தேர்வில், மற்றவர்கள் முன்னால், ஏதாவது நல்லபடியாகப் பேசவேண்டிய இடத்தில் மலையாளி வார்த்தைகளுக்காக மூழ்கித் தத்தளிப்பான்.

கொஞ்சமும் ஆங்கிலம் தேவைப்படாத வீட்டுச் சூழலிலும், நண்பர்களுக்குக்கிடையிலும் 'நல்ல' ஆங்கிலத்தில் உரையாடவும் செய்வான். வெளியே போகும்பொழுது தான் இந்த 'நல்ல' என்பதின் அர்த்தம் புரிகிறது. நான் இதைச் சொல்ல சகல தகுதிகளுமுடையவன். ஏனென்றால் நன்றாக ஆங்கிலம் பேசத்தெரியும் என்று நினைத்திருந்த நான், நிலைமை அப்படி இல்லை என்பதை 'அம்பேத்கர்' படத்தின் 'டப்பிங்' சமயத்தில் புரிந்து கொண்டேன். அயல் நாட்டுக்காரர்களுக்கு புரியும் ஆங்கிலத்தில் பேச, நான் ஒரு வெளிநாட்டுப் பெண்ணிடம் ட்யூசன் ஃபீஸ் கட்டி ஆங்கிலம் கற்றுக் கொண்டேன்.

மலையாளிக்கு மலையாளத்தில் பேச ஏதோ சில சங்கடங்கள் இருப்பதாக நான் நினைக்கிறேன். மலையாளத்தில் பேசினால் படிப்பறிவில்லாதவன் என்று அடுத்தவர்கள் நினைத்து விடுவார்களோ என்று பயப்படுகிறார்கள். ஆனால் கைவசம் இருப்பதோ, 'வி ஆர் மலையாளீஸ்' என்ற மாடர்ன் ஆங்கிலம் மட்டுமே.

நாம் முதலில் மலையாளம் பேசும் முயற்சியை மேற்கொள்வோம். நல்ல மலையாளம் பேசுபவர்களால்தான் நல்ல ஆங்கிலத்தையும் நேசிக்க முடியும். அதற்குப் பிறகுதான் மற்றவர்களுக்குப் புரியும் நல்ல ஆங்கிலத்தில் பேசமுடியும். சரியாகச் சொன்னால் இரண்டையும் நல்லபடியாக முழுமையாகக் கற்றுக்கொள்வதுதான் நல்லது. வெறும் 'வி ஆர் மலையாளீஸா'' ஆக இருப்பதில் என்ன அர்த்தம் இருக்கிறது?

காஷ்மீரில் ரட்சகன்

பனிமலையின் சலனமற்ற அமைதி, என்னை காஷ்மீரை நேசிக்க வைத்தது. பார்வை துளித்துளியாய் முடியும் தூரம் வரை வெண்பஞ்சுக் கூட்டமாய் கொட்டிக் கிடக்கும் உறைந்த பனிப்பிரவாகமும் தத்தித் தத்தி விழும் பால்யத்தைப் போன்ற பனித்துகள்களும் இப்போதும் மனதில் உறைந்திருக்கின்றன. பனிக்குன்றுகளிலிருந்து குன்றுகளுக்குத் தாவும் காட்சிதான் அன்றைய படப்பிடிப்பு.

காலையில் பதினொன்று மணிக்குப் படப்பிடிப்பு ஆரம்பிப்பதாக இருந்தது. 'குல்மார்க் ஹில்டன்' விடுதியிலிருந்து அதிக தூரம் பயணம் செய்த பின்னரே படப்பிடிப்பு நடக்கும் இடத்தை அடைய முடியும். சக்கரத்தில் சங்கிலி பிணைத்த வண்டிகளையே பனிமலையில் பயன்படுத்துகிறார்கள். நான், சுரேஷ்கோபி, முகேஷ், கணேசன், விஜயராகவன், குஞ்ஞன், சித்திக், மோகன்ஜோஸ், மணியன்பிள்ளை ராஜூ என எல்லோரும் சேர்ந்து சங்கிலியால் சக்கரம் பிணைக்கப்பட்ட வண்டியில் புறப்பட்டோம். முதன்மைச்சாலையை விட்டு மலைப்பாதைக்கு வண்டி திரும்பியதுமே புறக்காட்சிகளின் வசீகரம் எங்களை ஈர்த்தது. பனியால் சூழப்பட்ட வெளி, வெண்மையென்ற ஏக

நிறமாக இருந்தாலும், நிற்க வைத்து கவனத்தைக் கோரும் அழகு அதற்கிருந்தது. காலை பத்துமணி. வண்டியில் கேட்ட அபஸ்வரத்தின் தொடர்ச்சியாக நின்று போன வாகனத்திலிருந்து இறங்கிப் பார்த்த டிரைவர் ஹிந்தியில் சொன்னான்.

"சின்னப் பிரச்சனை தான். உடனே சரி பண்ணிடறேன்" '

பிரச்சனையின் தீவிரத்தை டிரைவர் உட்பட நாங்கள் யாரும் புரிந்து கொள்ளாமல் போனதால் வண்டிக்குள் உட்கார்ந்தபடியே ஏதேதோ பேசிக் கொண்டிருந்தோம். பிறகு வெளியே இறங்கி வந்து சூழலின் அழகை ரசித்தோம். கேலிக்கும் கிண்டலுக்கும் குறைவேதும் இல்லாமல் நேரம் நகர்ந்தது. மகிழ்வின் சிறகடிப்புகளில் இரண்டு மூன்று மணி நேரம் உதிர்ந்திருந்தது. பேச்சின் கதகதப்பில் மெல்ல மெல்ல ஈரம் படர்ந்தது. பலருக்கும் கிண்டலே வராமல் போன நேரமது. பசிக்கத் தொடங்கிய நேரத்தில் சாப்பாடு இல்லையென்றாலும் நல்ல உணவைப் பற்றிப் பேசலாமே என்று எப்போதோ சாப்பிட்ட செம்மீன் குழம்பு வைப்பதை நேர்த்தியாகச் சொல்லத் தொடங்கினேன். சுத்தமாகக் கழுவின செம்மீனை, மிளகாய், வெங்காயம், இஞ்சி வைத்து நன்றாகக் கல்லில் தட்டி எடுத்துப் புரட்டிக்கொள்ளவேண்டும். மசாலாவில் ஊறின செம்மீனை இளந்தீயில் உப்பு சேர்த்து நன்றாக வதக்கிநீர் வற்றும்போது, குடம்புளி கறிவேப்பிலை சேர்த்து தேங்காய் எண்ணெயில் வறுத்தெடுக்க வேண்டும். புளிச்சக்கையையும் கறிவேப்பிலையையும் வறுத்தபின் எடுத்துவிட வேண்டும்.

பசியை மறக்க, சாப்பாட்டைப் பற்றிய விவரணையே சிறிது நேரத்திற்குப் போதுமானதாக இருந்தது. எங்கள் வண்டியில் தண்ணீர் கூட இல்லை. பழுது சரியாகிவிடுமென்று டிரைவர் இன்னும் சொல்லிக் கொண்டிருந்தான். மேலும் மூன்று மணிநேரம்

கரைந்திருக்க பலரின் முகங்களும் இருளடைந்திருந்தன. கடைசி முறையாக வண்டியிலிருந்து வெளியே வந்த டிரைவர் இப்போதைக்கு வண்டியைச் சரி செய்ய முடியாதென்றும் நாளை காலை மெக்கானிக் வந்தால்தான் முடியு மென்றும் சொல்லி அதிரவைத்தார். பனியில் வண்டி புதைந்து நின்று பழக்கமிருந்த டிரைவரின் பேச்சில் எந்தவித உணர்ச்சியுமில்லாமல் இருந்தது. ஆனால் கேட்ட எங்கள் முகங்களில் ரத்தநாளங்கள் வற்றிப் போயிருந்தன.

மணி ஆறு, காலையில் ஹோட்டலில் எதுவும் சாப்பிடாமல் லொக்கேஷனில் போய்ப் பார்த்துக் கொள்ளலாம் என்று நினைத்திருந்த எங்களுக்கு அந்தக் குளிரிலும் பசி அதிகரித்தது. பசியில் தளர்ந்து போயிருந்தோம். ஒருபகல் முழுவதும் அங்கேயே நின்றிருந்தபோதும் எந்த வாகனமும் எங்களைக் கடந்து போகவில்லை. எங்களைத் தேடி யாரும் வரவுமில்லை. ஒருவேளை நாங்கள் பாதை மாறி வந்திருக்கலாம் அல்லது பனிமலை சரிந்து பாதை மூடியிருக்கலாம். சாலையின் ஒருபுறம் மலைக்கு மேலே போகும் பனிமலை. மறுபுறம் மிக ஆழமான பள்ளம். அந்த இடத்தின் பேரழகு, ஏதோ ஒரு பயங்கரத்தைத் தனக்குள் புதைத்து வைத்திருப்பதாய்த் தோன்றியது.

பனிக்காற்றைத் தடுக்கும் போர்வைகளோ, கம்பளி உடைகளோ எங்களிடம் இல்லை. பகலில் அணியும் சாதாரண உடைகளையே அணிந்திருந்தோம். இன்னும் இரண்டு மணிநேரத்தில் பனிக்காற்றின் நர்த்தனம் தொடங்கிவிடும். நர்த்தன அதிர்வில் அதன் பாகங்கள் இடிந்து விழலாம். வண்டியில் உட்கார்ந்திருப்பதுகூட ஆபத்தானது. நாங்கள் பேச்சற்றுப் போயிருந்தோம். உதவி கேட்கவோ, தகவல் சொல்லவோ எங்களிடம் வயர்லெஸ்ஸோ, அலைபேசியோ

இல்லை. எப்படி இந்த இரவைக் கடப்பது? விடிந்தால் எங்களில் யார் மிச்சமிருப்பார்கள்? அதி சீக்கிரமாகச் சூழல் இருளத் துவங்க பனிக்காற்றின் ஊளையிடல் ஒரு துர்க்கனவினைப் போல எங்களைக் கவிழ்த்தது. பனியிலும் பயத்திலும் உறைந்து போனோம். சட்டென அதிர வைப்பது போலமலை உச்சியிலிருந்து ஒரு குரல்.

"ஏய் மம்முட்டி."

அனைவரும் அதிர்ந்து ஒலி வந்த திசையில் திரும்பினோம் இந்த இரவில், காஷ்மீரின் நடுக்கமான சூழலில். யார் என்னைக் கூப்பிட்டது?

மலையிலிருந்து மூன்றுபேர் பெட்டிகளைத் தூக்கிக் கொண்டு இறங்கி வந்தார்கள். உடல் முழுவதையும் கம்பளிகளால் மூடியிருந்தார்கள். அருகில் வந்தபோதுதான் ஆறடி உயரமுள்ள ஆஜானுபாகுவான ஓர் ஆணும் பெண்ணும், இளம் பெண்ணுமாக அவர்கள் மூன்று பேர் என்பது புரிந்தது. கனவா அல்லது நிஜமா என்றே தெரியவில்லை. அவர் தன் கையை என்னை நோக்கி நீட்டி பச்சை மலையாளத்தில்,

"நான் கர்னல் கமால், திருவனந்தபுரம்" என்றார்.

இறுகப்பிடித்த அவருடைய கைச்சூட்டின் இதமான வெப்பம் மிகப்பெரிய நிம்மதியாக என் உடல் முழுக்கப் பரவியது. எங்கள் எல்லோர் முகங்களிலும் வர்ண மொட்டுகள் பூக்க ஆரம்பித்தன. நாங்கள் கர்னலிடம் எங்கள் சூழ்நிலையைச் சொன்னோம்.

எங்கள் வண்டி நிற்பதற்குக் கொஞ்சம் மேலே தான் அவருடைய வீடு. பக்கத்தில் இதே போல் வேறு சில வீடுகளும்

இருக்கின்றன. ஆனால் மலையின் அடுத்த அடுக்கிற்கு ஏறினால்தான் அந்த வீடுகளைப் பார்க்க முடியும். பனி மூடியதால் அவற்றைக் கண்டுபிடிப்பதும் சிரமம். வீட்டிலிருந்து வண்டிப்பாதையும் தெரியாது. எங்களுடைய வண்டி பழுதாகி நின்றிருந்த இடத்தையும் தாண்டி, நிறுத்தி வைக்கப்பட்டிருக்கிற அவர்களுடைய வண்டியை எடுக்கவே அவர்கள் இப்போது வந்திருக்கிறார்கள். மகளை இரவுப் பயணத்திற்கு டில்லிக்கு அனுப்ப வேண்டும். காலையிலிருந்து சாப்பிடாமல் இருக்கும் எங்கள் நிலமையை அவரிடம் சொன்னோம். அவர் எங்களை அவர்களின் வீட்டிற்கு அவசரமாக அழைத்துப் போனார்.

ஊருக்குப் போக இருந்ததால் அவர்கள் வீட்டில் அன்று சமைத்திருக்கவில்லை. சமையலுக்கான பொருட்களும் பெரிதாக அந்த வீட்டில் இருப்பில்லை. கிடைத்த கேக்கும், ரொட்டித் துண்டுகளும், கறுப்பு டீயும் அதீத ருசியைத் தந்தன. இனி இறந்து போக மாட்டோம் என்ற தைரியம் துளிர் விட முகம் தெளிய ஆரம்பித்து மற்ற விஷயங்களையும் யோசிக்க வைத்தது. கமாலின் வீட்டிலிருந்து நாங்கள் தங்கியிருந்த ஹோட்டலுக்குத் தொலைபேசியில் தகவல் கொடுத்தோம்.

கமால் அவருடைய கார் நிற்கும் இடத்திற்கு எப்போதும் வேறு வழியில்தான் செல்வாராம். அன்றைக்கு மட்டுமே இந்த வழியில் வந்திருக்கிறார். பகல் முழுவதும் அதே இடத்தில் பட்டினியால் அலைந்தபோதும் கொஞ்சம் மேலே சாலை ஓரத்தில் பனியில் புதைந்தபடி இப்படியொரு வீடு இருப்பதை நாங்கள் பார்க்கவில்லை. ஆனால் இரவில் ஆபத்தின் விளிம்பிலிருந்த எங்களைக் காக்க ஒரு ரட்சகனாய் கமால் வந்தார். ஆகாயத்திலிருந்து ஒரு ரட்சகன் இறங்கி வருவதைப் போலத்தான்

முதல் பார்வையில் அவர் எங்களுக்குத் தெரிந்தார். அதன் பின்பு அங்கிருந்த நாட்களில் கமாலோடு நெருங்கிய நண்பர்களானோம். அந்தத் திருவனந்தபுரத்து மலையாளியை அதற்குப் பிறகு நான் சந்திக்கவேயில்லை.

உயிர் காத்த ரட்சகனே இப்போது எங்கிருக்கிறாய்?

கடுங்குளிரிலும் பனிப்பொழிவிலுமிருந்து காப்பாற்றப்பட்ட அந்த இரவின் அடர்த்தியில் நான் ராணுவ வீரர்களைப் பற்றி பலவாறு யோசித்தபடி இருந்தேன். ஒருநாளில் தற்செயலாய் அமைந்த பட்டினியையும், குளிரையும், ஆதரவற்ற நிலையையும் எங்களால் தாங்க முடியாமல் தளர்ந்திருந்தோம், நாள் கணக்கில் உணவும் தண்ணீருமில்லாமல் தனியாளாய் சில இடங்களில் மாட்டிக் கொள்ளும் ஒரு ராணுவ வீரன், ஐஸ்கட்டியைக் கையிலெடுத்து உரசி, சூடாக்கி தண்ணீராக்கிக் குடித்த அனுபவத்தையெல்லாம் கமால் சொன்னார். நாம் தூங்கும்போது இந்த அவஸ்தையிலும், நம் நல்வாழ்வுக்காக, பாதுகாப்புக்காக, நிம்மதிக்காக, நாம் காணும் சந்தோஷக் கனவு கலையக்கூடாது என்பதற்காக பனிபொழியும் இரவுகளில் அவர்கள் காவலுக்கு நிற்கிறார்கள்,

எல்லைப் பாதுகாப்பில் இருக்கும் ஜவான்களுக்கு வாழ்விற்கும் மரணத்திற்குமான தொலைவு ஒரே ஒரு வெடி குண்டின் இடைவெளியாக மட்டுமே இருக்கிறது. நம் எல்லோரையும் அதன் அழகின், கம்பீரத்தின் வழி ஈர்க்கும் பனியில் பொதித்து வைத்திருக்கும் கண்ணி வெடிகளுக்கு மேலே வைக்கும் ஒரு காலடியின் அகலம் மட்டுமாக இருக்கிறது. ராணுவ வீரர்கள் தங்களுக்குள் எந்தப் பகையுடனுமில்லை. அவர்கள் பரஸ்பரம் அறிமுகமே இல்லாதவர்கள். ஆனால், தங்கள்

நாட்டிற்காக பகையேற்றிருக்கிறார்கள்.

ஒரு கோழியைக்கூடக் கொல்லத் தயங்கும் சாத்வீகன்தான் எதிரில் வரும் ஒரு மனிதனின் இதயத்துக்கு நேராக மிகச்சரியாக குறிபார்க்கிறான், வெடி குண்டை வெடிக்கச் செய்து மனித குலத்தைச் சிதைத்தழிக்கிறான்.

பனியிலும் கடுங்குளிரிலும் தூங்காமல் பார்வையைக் கூர்மையாக்கி, துப்பாக்கியுடன் உலவும் பொழுது, வீட்டில் உள்ளவர்களின் முகங்களோ, சொந்த பந்தங்களின் நினைவுகளோ மனதில் இல்லை. மின்னிமறையும் ஒரு நிமிட இடைவெளிகூட ஒரு யுத்தத்திற்கான முதல் அழைப்பாய் இருக்கலாம். எந்தச் சூழலிலும் உள்ளே அணையாதிருப்பது தேசத்தின் மீதான மாறாத பற்று மட்டுமே.

யுத்த காலங்களில் மட்டுமே நாம் இவர்களைப் பற்றி கொஞ்சமாவது யோசிக்கிறோம். யுத்தமில்லாத நேரங்களில் வெறுமனே குடித்தும் தின்றும் அலைந்தும் நாட்களைக் கடத்துபவர்களாகத்தான் நாம் அவர்களை நினைக்கிறோம். 'அவன் மிலிட்டரிக்காரன்' எனும் தொனியில் விடுமுறையில் கொண்டு வரும் மதுக்குப்பிகளிலேயே நம் கவனம் குவிந்து, அவனுடைய தியாகத்திற்கான மரியாதையைச் சிதைக்கிறோம். மிகச்சரியாய் இயற்கையின் பேரழிவையோ, ஒரு வெடிகுண்டின் சத்தத்தையோ அனுபவித்தறியாத ஒரு மலையாளிக்கு பத்திரிகையிலும் தொலைக்காட்சியிலும் பார்ப்பது மட்டுமே யுத்தம். எல்லையில் நடக்கும் கலவரங்களின் துயரங்களைப் பற்றி அவனுக்கு என்ன தெரியும்? நம்முடைய தேசத்தின் மீதான பிரியம் கூட யதார்த்தத்திலிருந்து மிகத் தொலைவில் நிற்கிறது. வீரமரணம் அடைந்த ராணுவ வீரர்களை நேசிப்பது போல,

நமக்காக தன் சந்தோஷத்தின் துளிகளைக்கூட தியாகம் செய்து காவலிருக்கும் அந்த வீரர்களை நாம் நேசிப்போம். மரியாதை செய்வோம். அவர்களை நினைத்துப் பெருமைப்படுவோம்; கர்வப்படுவோம். அவர்களைப் போல இந்த தேசத்திற்காக என்ன செய்யலாம் என்று யோசிப்போம்.

ஜெய்ஹிந்த்

கற்றுணர்தல்

சீமைத்தம்புரானின் வயலில் 'கவலை'யைப் பொருத்திய தினம். கவலையைப் பொருத்த வந்தவர்களுக்கும் நிலத்தில் வேலை செய்பவர்களுக்கும் மதியச் சாப்பாடு தம்புரானின் வீட்டில் தயாராக இருந்தது. முதலாளிக்காக நீர்நாயின் மலத்தைக்கூட கொண்டுவரத் தயாராயிருந்த பொந்தன்மாடன் சீமைத்தம்புரானின் கூடவே ஓடி நடந்து எல்லா வேலைகளையும் ஈடுபாட்டுடன் செய்தபடி இருந்தான். மாடனின் மனதில் மழையடிக்கச் செய்திருந்த கார்த்துவும் விருந்திற்கு வந்திருந்தாள். பத்தொன்பது வருடங்களுக்கு முன்பு நடந்த சம்பவம்தான் இது. அத்தனை வருடங்களுக்கு முன்பு என்பதால் இப்போது போல உடை உடுத்துவதிலும், பழகுவதிலும் நாகரிகம் தெரியாதவர்களாக இருந்தார்கள். நிலத்திலும் காட்டிலும் மலையிலும் வாழ்பவர்களைத்தான் அன்று கூட்டிக்கொண்டு வந்திருந்தார்கள். 'பொந்தன் மாடன்' என்ற படம் பார்த்தவர்களுக்கு இதுபற்றி தெரிந்து கொள்ளமுடியும். அந்தப் படத்திற்கான விருந்துக் காட்சிகள் படமாக்கப்பட்டுக் கொண்டிருந்தன.

உடன் இருப்பது நடிகனான மம்முட்டி என்பது வேலைக்காரர்களாக நடிக்க வந்தவர்களுக்குத் தெரியாது.

அவர்கள் இந்தக் காட்சியின் தனித்தன்மைக்காக மலைக் காட்டிலிருந்து அழைத்து வரப்பட்டவர்கள். உண்மையைச் சொல்லப் போனால் அவர்களுடையது நடிப்பல்ல; வாழ்க்கை. தினமும் அவர்கள் செய்யும் கூலி வேலையையும் வயல் வேலையையும் இன்று நகரத்தில் செய்கிறார்கள். அதற்கும் கூலி உண்டு. இதற்கும் கூலிஉண்டு. காமிரா இருப்பது அவர்களுக்கு பெரிய விஷயமில்லை. அவர்களில் யாரும் தங்கள் வாழ்க்கையில் சினிமா பார்த்ததில்லை. அதனாலேயே அவர்களுக்கு என்னையோ உடன் இருப்பவர்களையோ தெரிய வாய்ப்பில்லை. யாரென்று தெரியாததால் என்னோடு அவர்களுக்கு என் மீது தனி மரியாதையோ, மரியாதைக்குறைவோ இல்லை. நம்மில் ஒருவன் என்ற நிலை மட்டுமே. சினிமாவில் நடிக்க ஆசைப்பட்டு யாரும் அங்கு வரவில்லை. வழக்கமான கூலியைவிடக் கொஞ்சம் அதிகமாகக் கிடைக்கும் என்பதாலேயே வந்திருக்கிறார்கள். பலரின் அன்றாட வாழ்வு துயரங்களை உள்ளடக்கியதாகவே இருந்தது.

படப்பிடிப்பில், 'ஸ்டார்ட்', 'கட்' என்பதெல்லாம் இருக்கின்றன. ஆனால் அதைப் பற்றியெல்லாம் அவர்களுக்குத் தெரியாது. இலை போட்டு காய்கறி பொரியல்களும் சாதமும் பறிமாறியவுடன் அவர்கள் சாப்பிடத் தொடங்கி விடுவார்கள். காமிராவையும் லைட்டையும் சரிசெய்து 'ஷாட்' தொடங்குவதற்குள் பலர் முதல் சுற்றில் பரிமாறிய சாப்பாட்டைச் சாப்பிட்டு முடித்திருப்பார்கள். படம் எடுக்க மீண்டும் பறிமாற வேண்டும். 'ஸ்டார்ட்' சொன்ன பிறகே சாப்பிட ஆரம்பிக்க வேண்டும் என்று பலமுறை அவர்களிடம் சொல்லியாயிற்று. ஆனால் உணவு பறிமாறப்பட்டவுடன் அதைச் சாப்பிடாமல்

இருக்கும் பழக்கம் அவர்களுக்கில்லை. அதனால் அவர்கள் அதைக் காதில் வாங்கிக் கொள்ளவேயில்லை.

ஷாட் ஆரம்பிக்கும்வரை பரிமாறாமல் இருந்தபோது பக்கத்தில் உட்கார்ந்திருந்தவர் என்னிடம் கேட்டார்.

"போட்டது தீந்திடுச்சா?"

விருந்தைப் பற்றி, அதன் சுவையைப் பற்றி அவர்கள் தங்களுக்குள் பேசிக் கொண்டார்கள். 'ஸ்டார்ட்' என்ற சொன்னவுடன் காட்சியைப் படமாக்கிக் கொண்டிருந்தார்கள். என் இலையில் அவியல் தீர்ந்து போயிருந்தது. என்னுடன் அந்தக் காட்சியில் உட்கார்ந்து சாப்பிட்டுக் கொண்டிருந்த பெரியவர் தான் சாப்பிடும் கையாலேயே அவருடைய இலையிலிருந்து அவியலை வாரி என் இலையில் வைத்தார். நானும் எந்த மனச்சங்கடமுமின்றி முழுவதையும் ஷூட்டிங் முடிவதற்குள் சாப்பிட்டிருந்தேன்.

என் இலையில் அவியலை வாரி வைப்பதற்கான அவரின் மனநிலை எதுவென யோசிக்கிறேன். அவர்களில் ஒருவனாய் என்னைப் பார்த்திருக்கிறார். அது என் நடிப்பின் உச்சமா, இல்லை நான் ஏற்றிருந்த பாத்திரப் பொருத்தமா என்றெனக்குத் தெரியாது.

அவருக்கு மனதில் எந்தக் களங்கமும் இல்லாதிருந்ததால் உடன் இருக்கும் ஆளைப் பற்றிய சந்தேகமே அவருக்கு இல்லை. எங்கிருந்தோ அவர்களைப் போல வந்த ஒரு நாடோடி என்று மட்டுமே என்னை நினைத்திருக்கலாம்.

அவர் தன் இலையிலிருந்து எடுத்து வைத்த அவியல் என் நடிப்பிற்குக் கிடைத்த வெகுமதியாகவே நான் கருதுகிறேன்.

பொந்தன்மாடனைப் பற்றிப் பேசும் போதெல்லாம் நான் இதை நினைப்பதுண்டு. அந்த அவியலை நான் சாப்பிட்டது ருசியாலோ பசியாலோ அல்ல. அவருடைய மனதில் களங்கமற்ற தூய்மையில் கசிந்த அன்பில் நானும் கரைந்திருந்தேன்.

சுத்தமும்,நாகரிகமும் அறிந்தவர்கள் என்று எண்ணிக்கொள்ளும் நாம் கூடி உண்ணும் மேஜையில் இதை அனுமதித்திருப்போமா? அப்படியே எடுத்து வைத்தாலும் சாப்பிடுவோமா?

ஜாதியும் மதமும் வர்ணமும் வர்க்கமும் சுத்தமும் சுத்தமின்மையும் அந்த மனிதனின் களங்கமின்மைக்கு முன்னால் ஒன்றுமில்லாமல் போயிருந்தன. இப்படியான களங்மில்லாத மனங்களால்தான் எல்லா சுவர்களையும், எல்லைகளையும், கோடுகளையும் இல்லாமலாக்க முடியும்.

அதனினும் மேலாக நாம் எப்போது பங்கிட்டு உண்ணக் கற்றுக் கொள்வது? கேட்காமலேயே தேவை கருதி, பார்த்தவுடனேயே அவர்கள் பங்கு வைக்கிறார்கள். தனக்கு இல்லாமல் போய்விடுமோ என்பது பற்றியெல்லாம் அவர்கள் யோசிக்கவில்லை. பக்கத்திலிருப்பவனின் இலையில் உணவில்லாதபோது அவர்களால் சாப்பிட முடியவில்லை.

அன்பைப் பகிர்ந்து கொடுக்கக்கூட மனம் பதறும் இக்காலகட்டத்தில் நாகரீகமற்றவன் என்று நாம் கருதும் பொந்தன்மாடனின் தோழனிடமிருந்து கற்றுக்கொண்டு அவர்களைப் போல பகிர்ந்துண்ணப் பழகலாம்.

துயரத்தின் பாடல்

அந்தப் பாடல் காட்சியைப் படமாக்கும்போது நான் கதாநாயகியைக் கூர்ந்து கவனித்தேன். முகத்தில் ஏதோ ஒரு மாற்றம். விரகதாபத்தில் காதலனை நினைத்துருகிக் பாடுவதான காட்சி அன்று படமாக்கப்பட்டுக் கொண்டிருந்தது. காதலன் அருகில் வருவதும் சட்டென மறைவதுமான காட்சி. படப்பிடிப்பின் இடைவெளியில் அவர் தனியே அமர்ந்து எதையோ நினைத்துத் துக்கப்படுவது போலத் தோன்றியது.

இரண்டு மூன்று மாதகாலம் வெளிநாட்டுப் பயணத்தை முடித்த பிறகு நடிகை படப்பிடிப்பிற்கு வந்திருக்கிறார். சாதாரணமாகப் பயணத்தைப் பற்றிப் பேசும் பழக்கமுள்ளவர். ஆனால் வந்த இரண்டு நாட்களில் ஒன்றும் பேசவில்லை. முதல் நாளைவிட மனவேதனையோடு இரண்டாம் நாள் இருப்பதை அவள் முகம் காட்டிக் கொடுத்தது.

எப்போதும் பேசுவது போன்ற கேலிப்பேச்சுகள் அவரைக் காயப்படுத்தி விட்டதோ என்று பயந்தேன். பல நேரங்களில் சாதாரணமான கேலிகளும் கிண்டல்களும் கூட எதிர் இருப்பவர்களால் சரியாய்ப் புரிந்து கொள்ளப்படாமல்

சங்கடமேற்படுத்தி விட்டதோ என்று யோசித்து அவரிடம் கேட்டேன்.

''என்ன ஆச்சு? ரொம்ப வருத்தமாவே இருக்கீங்க?''

''என்னோட துக்கம் யாரிடமும் சொல்லக்கூடியதா இல்ல சார். நீங்க அதைத் தெரிஞ்சிகிட்டு உதவ முடியாது. அதனாலதான் எதுக்குச் சொல்லணும்னு....''

துக்கத்தில் அவள் கண்கள் பனிக்க படப்பிடிப்பு தொடர்ந்தது. கதாநாயகி எழுந்தும் போய்விட்டார். யாரிடமும் பகிர்ந்து கொள்ள முடியாத துக்கம் அதென்று அறிந்தபோது எனக்கு என்னென்னவோ யோசனை தோன்றியது. வெளியில் சொல்ல முடியாத ஏதாவது வியாதி இருக்குமோ? பணம் சம்பந்தப்பட்ட பிரச்சனையாக இருந்தால் கடனாகவாவது உதவலாமே, ஆனால் மிகவும் நல்ல நிலையில் இருந்த நடிகையாக இருந்ததால் அதற்கான வாய்ப்புகளும் இல்லை.

ஏதோ யோசனையில் கண் நிறைந்து பொங்கும் முகத்தை நான் ஏறெடுத்ததை அவர் கவனித்துவிட்டார். கவனிக்கப்பட்டதை அறிந்த நான் நகர்ந்து உட்கார்ந்தேன்.

பொதுவாகவே நான் முரட்டுத்தனமானவன் என்றுதான் சொல்வார்கள். இனி ஒரு கதாநாயகியை அழவைத்த கல்மனசுக்காரன் என்ற கெட்ட பெயரும் வரவேண்டுமா என்று யோசித்தேன். ஆனால் படப்பிடிப்பின் இடைவேளையில் அவர் மறுபடியும் என்னருகில் வந்து உட்கார்ந்தார்.

''எதுவும் செய்ய முடியாதுன்னாலும் எனக்கு உங்ககிட்ட சொல்லணும் போல இருக்கு. கேக்கறதில உங்களுக்கு ஏதாவது பிரச்சனையிருக்கா சார்?''

‘‘அதெல்லாம் ஒண்ணுமில்ல. பேசலாம்னா பேசுங்க’’

கதாநாயகி ஒரு கதைபோல அதைச் சொல்ல ஆரம்பித்தார்.

தன்னுடைய வெளிநாட்டுப் பயணத்திற்கு முன்பு அவர் ஒரு நல்ல மனிதனைப் பார்த்திருக்கிறார். மெர்ச்சண்ட் நேவியிலிருக்கும் அவருடன் தொடங்கிய பழக்கம் பிறகு காதலாக மாறியிருக்கிறது. இருவரும் ஒரே மதத்தைச் சேர்ந்தவர்கள். ஜாதியில் சிறிய வேறுபாடிருக்கலாம். இவர்களின் திருமணம் குடும்பத்தையும் பெரிதாகப் பாதிக்கப் போவதில்லை. தன் காதலைப் பற்றி நடிகை யாரிடமும் பகிர்ந்து கொள்ளவில்லை. வெளிநாட்டுப் பயணத்தை முடித்துவிட்டு வந்து விடலாம் என்று இருந்துவிட்டார். பயணத்திற்கு முன்பாக நடிகை அவரைக் கூப்பிட்டிருந்தார். அதற்குள் பணி நிமித்தமான அவருடைய பயணம் தொடங்கிவிட்டது.

கப்பல் கரையைச் சமீபிக்கும் போது மட்டுமே அவரால் தொலைபேசியில் தொடர்பு கொள்ளமுடியும். மூன்று மாதங்களாவது அவர் கப்பலில் இருக்கவேண்டும். இரண்டு பேரும் பயணத்திலேயே இருந்ததால் பேச முடியவில்லை. முதல் மாதத்தில் சில சந்தோஷ இ.மெயில்கள் கைமாறின. இந்தப் படப்பிடிப்பிற்காகத்தான் நான்கு நாட்களுக்கு முன்பு பயணத்தை முடித்துக் கொண்டு நடிகை திரும்பி இருக்கிறார். வந்த உடனேயே இன்டர்நெட், ஃபோன், மொபைல் ஃபோன், கடிதம் என எந்த விதத்திலாவது தன் காதலனிடமிருந்து செய்தி வந்திருக்கிறதா வென ஏக்கத்தோடு பார்த்தவருக்கு ஏமாற்றமே பதிலாகக் கிடைத்திருக்கிறது. நடிகை அனுப்பியிருந்த எந்த வொரு காதல் பகிர்விற்கும் அவரிடமிருந்து பதிலில்லை.

குறைந்த நாட்களே பழகியிருந்தாலும் மிகப்பெரிய கனவுகளையும் காதலையும் சுமந்திருந்த அவருக்கு இந்த ஏமாற்றத்தின் வாள்வீச்சைத் தாங்க முடியவில்லை. ஆழம் அதிகமாக இருந்தாலும் செருகப்பட்டிருப்பது வாள் என்றும் அதன் வேதனை மிக ஆழமானதென்றும் யாரிடமும் பகிர்ந்துக் கொள்ள முடியாத ரகசிய வலியாகவும் நினைத்தார். ஒருவரிடமும் சொல்லாமல் உள்ளுக்குள்ளேயே குமைந்து, குமைந்து வெடித்துப் பெரிதாகும் வேதனை யாருக்கும் தெரியாமல் கண்ணீராகக் கசிகிறது. இரண்டு நாட்களின் தொடர் தேடலுக்குப் பிறகு அவர் வீட்டுத் தொலைபேசி எண் கிடைத்திருக்கிறது. அதில் தொடர்பு கொண்டிருக்கிறார்.

"....னோட வீடுதானே?"

"ஆமாம்"

அந்த முனையில் துயர் தோய்ந்ததொரு கனத்த குரல் பதில் சொன்னது. ஏறக்குறைய தன் காதலனின் குரலையொத்த குரல். சில தடவைகள் மட்டுமே பேசியிருந்ததால் பேசிய குரல் அவருடையதுதானா என்று கூடச் சந்தேகப்படவைத்தது.

"அவர் கிட்ட பேச முடியுமா?"

"நீங்கயாரு?"

"நான் அவருடைய ஸ்நேகிதி...... ப்ளீஸ், ஃபோன அவர்கிட்ட குடுக்க முடியுமா?"

பதட்டமும் வேகமும் கூட, காத்திருத்தலின் வலியுடன் உடல் வியர்வையில் நனைய அதில் துக்கத்தின் கனம் கூடியது. தொண்டைச் செருமலுடன் அந்தப் பக்கத்திலிருந்து பதில் வந்தது.

‘‘நான் அவனோட அப்பா. மூன்று வாரத்திற்கு முன்பு அவன்...... அவனொரு வாகன விபத்தில் இறந்துவிட்டான்.’’

வழக்கத்திற்கு மாறாக கப்பல் பயணத்தைப் பாதியில் முடித்துக்கொண்டு அவர் திரும்பி இருக்கிறார். சொந்த ஊருக்கு வந்து சேர்ந்ததும்தான் இப்படி ஒரு துர்மரணம். வெளிநாட்டுப் பயணம் முடித்து வரும் காதலிக்கு இன்ப அதிர்ச்சி கொடுத்துச் சந்திக்கத் திட்டமிட்டு வந்த வருகை அது.

சொல்லி முடித்தபோது நிறைந்து வழியும் நடிகையின் கண்களை என்னால் பார்க்க முடியவில்லை. காதலையே வெளியே சொல்லாமல் பொத்திப் பாதுகாத்த பெண் அதன் வேதனையை எப்படிப் பகிர்ந்து கொள்ள முடியும்? யாரிடமும் சொல்லி அழவும் முடியவில்லை. ‘நான் உங்கள் மகனுடைய காதலி’ என்று அவனுடைய வீட்டில் போய்ச் சொல்ல முடியுமா? சொன்னால் மட்டும் எந்த விதத்தில் அவர்களிடமிருந்து ஆறுதலை எதிர்பார்க்க முடியும்? தன் வீட்டில் சொன்னால் நம்புவார்களா? நெருக்கமானவர்கள்கூட இதொரு கட்டுக்கதை என்றுதானே சொல்வார்கள், இரண்டு மாதம் முன்பு பார்த்த, பழகிய காதலித்த மனிதனை நினைத்து இவ்வளவு துக்கப்பட, வேண்டுமா என்று யாராவது தன் காதலின் மேன்மையைக் குலைத்துவிட்டால்?

யாரிடமும் பகிர்ந்து கொள்ள முடியாத துக்கம். நமக்கெல்லாம் கூட இருக்கும். துக்கம் ரகசியமானதாக இருந்தாலும் அதை யாரிடமாவது சொல்ல முடிந்தால் எப்படியிருக்கும்? என்னிடம் எல்லாவற்றையும் கொட்டிவிட்டதால் அவர் சிறிது ஆசுவாசப்பட்டார்; மனப் புழுக்கம் லேசாகி இதமான மனநிலைக்கு வந்தார். அதில் எனக்கும் நிம்மதி ஏற்பட்டது.

அந்நடிகையின் துக்கத்தை அழித்து இல்லாமலாக்கச் செய்ய எந்த வித்தையும் என் கைவசமில்லை. ஆனால் அதைச் சரியான கோணத்தில் புரிந்துகொண்டேன் என்பது நிஜம். சொல்ல வருவதை அதே அர்த்தத்தில் புரிந்துகொள்ள எதிரில் உள்ளவரால் முடியுமென்பது எத்தனை பெரிய பாக்கியம்! பல நேரங்களில் சொல்லவருவது அதே நீள, அகல, ஆழத்தில் தெளிவாகப் புரிந்துகொள்ளப்படுவதில்லை என்பதுதான் பலரின் பிரச்சனை. நம்முடைய சிறியதொரு ஆறுதல் வார்த்தைகூட பெரிய ஆறுதலாக மனதில் இருக்கும். அது ஒரு கோடைமழை போல நம் வெப்பத்தைத் தணிக்கும். விம்மித் ததும்பும் மனதோடு சாய்ந்துகொள்ள ஒரு தோள் தேடி வருபவர்களை வார்த்தைகளால் நீவிவிடவும், அவர்களின் கொதிக்கும் மனவேதனையில் விழும் ஒரு துளி குளிர்ந்த நீராகவாவது மாற வேண்டுமென்பதுதான் என் விருப்பம்.

வேகத்தின் விலை

கோழிக்கோட்டிலிருந்து மஞ்ஞேரிக்குக் கார் பறந்து கொண்டிருந்தது. கணிசமான நேரங்களில் ஸ்பீடா மீட்டரின் முள் தொண்ணூறுக்கு வெளியேதான் இருக்கும். பின்னிரவானதால் சாலை வெறிச்சோடிக் கிடந்தது. திருப்பங்களில் பிரேக்கில் கால் அழுத்தும் போது டயர்கள் சாலையில் உரசி ஏற்படுத்தும் சப்தத்தில் புதிய கார் வாங்கிய பெருமிதத்தை உணர முடிந்தது. கடைகளெல்லாம் அடைக்கப்பட்டிருந்தன. கவலையோடு காத்திருக்கும் நிலப்பரப்புகளுக்கிடையே நீண்டிருக்கும் பாதை இன்னும் கடக்க வேண்டிய தூரத்தைச் சொல்லிக் கொண்டிருந்தது. நகக்கீறலையொத்த நிலா பின்னால் துரத்திக்கொண்டுவர, திருப்பங்களில் விரைந்து நீண்டு தொடரும் சாலைகளில் மேலும் வேகத்தை அதிகப்படுத்தி, சின்னச்சின்னக் கடைகளின் வெளிச்சத்தை மின்னல் போலக் கடந்து போய்க் கொண்டிருந்தேன்.

கடைசியாக மின்மினிப்பூச்சியைப் போல மங்கிய வெளிச்சமுள்ள ஒரு கடையையும் கடந்தபோது, சாலையின் இருபுறத்திலும் வாகை மரங்களுடைய அடர்த்தி மட்டுமே கண்ணுக்குத் தெரிந்தது. நல்ல ட்ரைவிங்குக்கு வாகான இடமது.

வேகத்தை மீண்டும் கூட்டுவதற்கு முன்னால் ஒருமுறை அசைந்து நேராக உட்கார்ந்த நொடியில், வண்டியின் முன்னால் முதியவர் ஒருவர் கை அசைத்தபடி சாலையின் மறுபக்கத்திலிருந்து மின்னல் கீற்றாக வந்ததைப் பார்த்தேன். இடதுபக்கம் ஒடித்து மீண்டும் வலப்பக்கம் சாய்ப்பதற்கிடையில் வண்டி நிலை குலைந்தது. இரவின் நிசப்தத்தில் பிரேக் அடித்தவுடன் ஏற்பட்ட அலறலின் ஒலி எங்கோ இருளில் மோதி மீண்டும் என்னையே வந்தடைந்தது. இருக்கையின் முன்னால் வந்த நான் வண்டியைக் கட்டுக்குள் கொண்டு வந்து ரிவர்ஸ் எடுத்தேன். முதியவர் ஏதுமறியாதது போல என்னருகில் வந்தார். ஒரு கல்லின் மேல் கந்தல் சுருண்டிருப்பதைப் போல ஒரு பெண்படுத்திருப்பதை அப்போதுதான் பார்த்தேன். கைகூப்பியபடி முதியவர் பேச ஆரம்பித்தார்.

''பாப்பாவுக்கு பிரசவநேரம் வலி அதிகமாயிடிச்சு. ஆஸ்பத்திரிக்குப் போக நீங்கதான் உதவணும். கடவுள் உங்களை நல்ல எடத்துக்குக் கொண்டு போய்ச் சேர்ப்பான்.''

கிழவன் வண்டியின் முன்னால் குறுக்கிட்டபோது ஏற்பட்ட கோபமெல்லாம் சட்டெனக் குறைந்து போனது. இரவு இரண்டு மணிக்கு எந்த வாகனத்தையும் தேடிப்பிடிக்க முடியாதென்பதால் நான் அவர்களை என் வண்டியில் ஏற்றிக்கொண்டேன். முதியவருக்கு எழுபது வயதிருக்கும். அந்தப் பெண் மிகவும் சிறியவளாக இருந்தாள். பதினெட்டு வயதுதானிருக்கும். அவருடைய பேத்தி அவள் என்பதை தொடர் உரையாடலில் புரிந்து கொண்டேன். வலி பொறுக்க முடியாமல் அவள் அழுவதும் அலறுவதுமாக இருந்தாள். நான் மீண்டும் வேகமெடுத்தேன். மஞ்ஞேரி மருத்துவமனை வராந்தாவில்

வண்டியை மிதித்து நிறுத்திய சத்தம் கேட்டு அவசரப் பிரிவிலிருந்து நான்கு ஊழியர்கள் ஓடிவந்தார்கள். அவசரத்திலும் இருட்டிலும் அவர்கள் என்னை யாரென்று அடையாளம் தெரிந்து கொள்ளவில்லை. முதியவர் மருத்துவமனை ஊழியர்களிடம் ஏதோ சொல்வதையும் அவர்கள் அந்தப் பெண்ணை கைத்தாங்கலாக வண்டியிலிருந்து இறக்குவதையும் பார்த்தேன். சமாதானமும் நிம்மதியும் என் முகத்தில் மெல்லிய புன்னகைக் கோடிட நான் வண்டியைத் திருப்பினேன். பெரியவர் மீண்டும் வண்டிக்கருகில் ஓடிவந்தார்.

"ரொம்ப பெரிய உதவி பண்ணீங்க. கடவுள்தான் உங்களை எங்ககிட்ட கொண்டு வந்து சேத்திருக்காரு. பேரென்னா?"

"மம்முட்டி"

பெயரைக் கேட்ட போதும்கூட என்னை அவருக்குத் தெரியவில்லை. அவர் முகச்சுருக்கங்களில் கூட என் பெயர் பதிந்திருக்கவில்லை.

"என்ன செய்யறீங்க?" நான் கேட்டேன்.

அவர் வேட்டியின் மடிப்பிலிருந்து கசங்கிய ஒரு தாளை எடுத்து என்னிடம் தந்தார்.

என் மனதிருப்திக்காகன்னு மட்டும் நெனச்சுக்கோ. வேற ஒண்ணும் இல்ல. வரேன்....."

என் கேள்விக்குப் பதில் சொல்லாமல் பேசிவிட்டு விறுவிறுவென நடந்து மருத்துவமனைக்குள் சென்று மறைந்தார். அவர் கொடுத்த கசங்கி மடித்து வைக்கப்பட்ட இரண்டு ரூபாய்த்தாள் என் கையில் பிசுபிசுத்தது. அதை எதற்காகத் தந்தார்

மூன்றாம் பிறை

என்று இன்று வரை எனக்குப் புரியவில்லை. ஒருவேளை இரண்டு பேருக்குமான கட்டணமாக இருக்குமோ?

டிரைவிங்கின் வேகத்தால் ஒரு ஜீவனைக் காப்பாற்றவும், புதியதொரு ஜீவனை இந்த பூவுலகிற்குக் கொண்டு வரவும் செய்த சிறிய உதவிக்காக அதிக சந்தோஷப்பட்டேன். என்னுடைய வேகம் நல்ல விதமாகப் பயன்பட்ட நிமிடங்களாய் இருந்தன.

வேகமாக வண்டி ஓட்டுவதில் எனக்கு எப்போதுமே ஒரு போதையிருக்கிறது. என் வண்டியை யாராவது ஓட்டுவதென்பது அபூர்வம்தான். சென்னையிலிருந்து கேரளத்திற்கான எட்டு மணிநேரப் பயணம் வண்டியை நானே ஓட்டுவதுதான் எனக்கு எப்போதுமே பிடித்தமானது. எதனால் இந்த வேகத்தை நான் விரும்புகிறேன் என்று யோசித்துப் பார்க்கிறேன்.

வண்டி ஓட்டும்போது ஐந்து விஷயங்கள் ஒன்றாகச் சங்கமிக்கிறதென்று நான் நினைக்கிறேன். முதலாவதாக, கட்டுப்படுத்தும் அதிகாரம் நம்மிடம் இருக்கிறதென்ற உணர்வு; இரண்டாவதாக எனக்குப் பிடித்தமான வேகம்; மூன்றாவதாக ஜாக்கிரதை உணர்வு; நான்காவதாகக் கட்டுப்பாடு; ஐந்தாவதாக நிலக்காட்சிகளை ரசித்தபடியே ஓட்டுவது.

வண்டி ஓட்டும்போது இவை அத்தனையும் நம் கட்டுப் பாட்டிலேயே இருக்கும். வண்டியில் வருபவர்கள் எவ்வளவு பெரிய பிரபலமாக இருந்தாலும் அதெல்லாம் ஒரு விஷயமேயில்லை. எல்லாமே நம் விரல் நுனியில் தான் என்று பெருமிதப்படும் சந்தர்ப்பமது.

ஒவ்வொரு அங்குலமும் முன்னால் பார்த்து, எதிர்வரும் ஆபத்துகளிலிருந்து திரும்பியும் வளைந்தும் மிகவும்

ஜாக்கிரதையாக முன்னோக்கிப் போகிறோம். அதிகாரத்தின், சக்தியின் கட்டுப்பாட்டுச் சக்கரம் நம்மிடம்தான் இருக்கிறது என்கிற மனநிலை. இந்த ஐந்து விஷயங்களையும் மனதில் நிறுத்திக் கொண்டு 'வாகனம்' என்ற பதத்தை எடுத்துவிடலாம். நாம் ஒரு நிறுவனத்தை நடத்தும் போதோ, ஏதாவது ஒரு பதவியில் இருக்கும்போதோ, பணியிலிருக்கும்போதோ இந்த ஐந்து விஷயங்களும் இருக்கிறது என்பதை மனதில் வைத்துக்கொள்ள வேண்டும். அப்படியானால், அந்த இடத்தின் வெற்றியடைந்த மனிதர் நீங்களாகத்தான் இருப்பீர்கள். ஓட்டுநராவதற்கு வண்டிவேண்டுமென்பதில்லை. வாழ்க்கையே போதும்.

வேலையில் என்றும் கவனமுடையவனாக இருக்க வேண்டும் என்ற ஆசைதான் என்னை மேலும்மேலும் வேகமாக ஓட்டத் தூண்டிக் கொண்டேயிருக்கிறது. வாழ்க்கையும் இதைப் போன்றதுதான். மிகச்சரியாக டிரைவ் செய்து கொண்டு போகவேண்டும் என்பதே என் எதிர்பார்ப்பு. அது சாத்தியப்படவேண்டும்.

ஆக்ஸிலேட்டரில் கால் அழுந்தும்போது என் வேகத்தின் விலையை நிர்ணயித்த அந்தப் பெரியவரை நினைக்கத் தவறியதில்லை. கூலியின் மதிப்பு, ரூபாய் நோட்டில் மட்டுமல்ல, அதைக் கொடுக்கும்போதுள்ள மனதின் உள்ளறைகளிலிருந்தும் கூடுகிறது என்பதைப் புரிய வைத்த நிமிடம் அது. எத்தனையோ பரபரப்புகளுக்கிடையிலும் வேகம் பெற்றுத் தந்த அந்த இரண்டு ரூபாயை நான் இப்போதும் நினைத்துப் பார்க்கத் தவறியதில்லை.

விருந்தினர்கள்

"காகம் விருந்தினர்களைக் கூப்பிடுகிறது". என்றொரு பழமொழி உண்டு. விருந்தினர்கள் காகத்திடம் சொல்லி விட்டு வருவதில்லை என்றாலும் காகம் கரைந்தால் விருந்தினர்கள் வருவார்கள் என்பது நம்பிக்கை.

"கதளி வாழையிலமர்ந்து காகம் விருந்துண்ண அழைக்கிறது.

விருந்தினரே, விருந்தினரே விருந்துண்ண வாருங்கள்."

என்ற பாடலைக் கேட்டிருக்கிறீர்களா? காகத்தின் கரைதல் விருந்தின் முன்னறிவிப்பாக இருந்தது. தொலைபேசி வசதி இல்லாத நாட்களில் காகத்தை நம்புவதல்லாமல் நமக்கு வேறு வழியில்லை. காகம் கரைந்தாலும் இல்லையென்றாலும் விருந்தினர்கள் வரும்போது உணவைத் தயார் செய்து வைத்திருக்க வேண்டும் என்பதுதான் பெரியவர்களின் விருப்பம். 'அதிதி தேவோ பவ' என்றுதானே சொல்வார்கள். ஸ்காட்லாந்தில் வெள்ளைக்காரத் தம்பதிகளின் விருந்தினர்களாகப் போயிருந்த இரவில் தான் நான் காகங்களை நினைத்துப் பார்த்தேன்.

இங்கிலாந்தில் உள்ள நண்பர் டாக்டர். ஜோஷி ஜானுடன் நானும் என் குடும்பமும் ஸ்காட்லாந்திற்குப் போனோம்.

புகழ்பெற்ற பேராசிரியர் உல்லஹன்னான் மாப்பிள்ளையின் மகன் தான் இவர். அடூர் கோபால கிருஷ்ணன்தான் ஜோஷியை எனக்கு அறிமுகப்படுத்தினார். நான்கு நாட்களுக்கு முன்பே ஜோஷி நாங்கள் எத்தனை பேர் வருகிறோமென்றும், என்ன சாப்பாடு வேண்டுமென்றும் கூப்பிட்டு சொல்லியிருந்தார். வாழ்வில் இப்படியும் விருந்தினர்களை உபசரிக்க முடியுமா என்பது சந்தேகமே.

ஸ்காட்லாந்தின் கிராமத்திலிருந்தது அந்த வீடு. கண்ணுக்கு எட்டாத தூரம் வரை அறுவடை முடிந்தும் முடியாததுமான நிலவெளிக் காட்சிகள். வழிநெடுக முந்திரித் தோட்டங்கள். வீடுகளைக் காணவேண்டுமென்றால் நெடுந்தொலைவுபோக வேண்டியிருந்தது. நீண்ட பயணத்திற்குப் பிறகு நாங்கள் அந்த வீட்டு வாசலை அடைந்தோம். வீட்டு முற்றத்தில் இல்லாத மரங்களுமில்லை, விரியாத பூக்களுமில்லை. வீட்டில் உள்ளவர்களின் மனநிலையையும் சந்தோஷத்தையும் முற்றத்திலேயே நம்மால் உணரமுடியும்.

மரத்தினால் முழுமையாக்கப்பட்ட இந்த வீட்டில் நம்மை வசீகரிக்கும் புராதனப் பொருட்களின் சேகரிப்பு பத்திரப்படுத்தப்பட்டிருந்தன. சுவரில் அழகான ஓவியங்கள் கண்களுக்கு உறுத்தாமல் காட்சிப்படுத்தப்பட்டிருந்தன. சுத்தம் என்ற வார்த்தையின் மொத்தக் கூடாரமாக அந்த வீடு குழந்தையின் கண்கள் போல ஒளிர்ந்தது. எழுபது வயதிலிருக்கும் ஒரு முஸ்லிம் பெரியவரும், அறுபதில் இருக்கும் அவர் மனைவியும்தான் அங்கே வாழ்கிறார்கள். அந்த அம்மாவும் ஜோஷி அண்ணனும் ஒன்றாய் வேலை பார்த்தவர்கள். இங்கிலாந்தின் நெருக்கடி மிகுந்த வாழ்விலிருந்து

தப்பித்துக்கொள்ள ஜோஷி அண்ணன் எப்போதும் இங்கே வருவாராம். அப்படி ஒரு பயணத்தில்தான் எங்களையும் உடன் அழைத்து வந்திருந்தார்.

அங்கே வசிப்பவர்கள் எல்லோரும் தங்கள் அந்திம வாழ்க்கையை இனிமையாகக் கழிக்க, ஜனசந்தடியிலிருந்தும், வாழ்வின் நெரிசல்களிலிருந்தும் தங்களைத் துண்டித்துக் கொண்டவர்களாக இருந்தார்கள்.

அவர்கள் எங்களை மிகவும் சந்தோஷமாக வரவேற்றார்கள். கேட்டறிந்த பழக்கம் மட்டுமே இருக்கும் எங்களை அணைத்து, கன்னத்தில் தட்டி தங்கள் அன்பைப் பகிர்ந்து கொண்டார்கள். பெட்டிகளை எடுத்துச் செல்ல உதவினார்கள். நாங்கள் வந்துவிட்டதை அறிந்த பக்கத்து வீட்டுக்காரர்கள் ஒவ்வொருவராய் எங்களைப் பார்க்க வந்தார்கள். எங்களைப் பற்றிய தகவல்களைப் பக்கத்து வீடுகளுக்கும் ஏற்கனவே அவர்கள் தெரிவித்திருக்கிறார்கள்.

இரவில் எங்களுக்காக நடத்திய விருந்தின்போதுதான் நான் ஒரு நடிகனென்று அவர்களுக்குத் தெரிந்தது. அதற்குப்பிறகு அவர்களின் அன்பு இன்னும் அதிகரித்தது. அவர்களுக்கு என்னுடன் இருப்பது எத்தனையாவது மனைவி என்று தெரிந்து கொள்ளும் ஆர்வம் அதிகமானது. முதல் மனைவி என்றால் அவர்கள் நம்பத் தயாராகவேயில்லை. அங்கே நடிகர்களின் மனைவிகள் மாறிக்கொண்டே இருக்கிறார்கள். நான் மீண்டும் மீண்டும் திருமணம் செய்து கொள்ளாமல் ஒரே மனைவியுடன் வாழ்வதில் அவர்களுக்குப் பெரிய நிராசை ஏற்பட்டுவிட்டது. என் பிள்ளைகளைப் பிரியத்துடன் பக்கத்து வீட்டு நண்பர்கள் கூட்டிக் கொண்டு போனார்கள். என் மகள் அங்கேயே தூங்கிவிட்டாள்.

விருந்தினர்கள் வருகிறார்கள் என்பதால் அவர்களை உபசரிக்க தங்கள் வேலைச் சுழற்சியைக் கூட மாற்றி வைத்திருந்தார்கள். எங்களுக்கான இரவு உணவுக்காகப் பலரும் விதவிதமான உணவு வகைகளைக் தயாரித்துக் கொண்டு வந்திருந்தார்கள். வருபவர்கள் யாரென்று தெரியாத போதிலும் அவர்களை வரவேற்கவும் உபசரிக்கவும் தங்களைத் தயார் படுத்திக் கொள்ளும் அவர்களின் அக்கறை என்னை மிகவும் கவர்ந்தது.

இங்கிலாந்திலுள்ள ஒரு தமிழரின் அல்லது தெலுங்கரின் வீட்டில் தங்குவதென்பது எப்படியிருக்குமென நாம் யூகித்துவிடலாம். ஆனால், அயல்நாட்டினரின் வீட்டில் தங்குவதென்பதை என்னால் யோசிக்கவே முடியவில்லை. ஏனென்றால் அவர்களுடைய வாழ்க்கைமுறை, பழக்கவழக்கம், கலாச்சாரமெல்லாம் நமக்குப் புதியன. அவர்களுடைய வீடுகளைப் பற்றியும் வாழ்க்கை முறை பற்றியும் நமக்கு அயல்சினிமா மட்டுமே சொல்லிக் கொடுத்திருக்கிறது. ஆங்கிலம் பேசுவதென்பதையும் சௌகரியமாக இருக்கிறார்கள் என்பதையும் தவிர்த்து விட்டு பார்த்தால் அவர்கள் மலையாளிகளாகவே எனக்குத் தெரிகிறார்கள். அவர்களுடைய உபசரிப்பு என்னால் மறக்க முடியாதது. மிகவும் நெருங்கிய நண்பர்களை வரவேற்பது போல, திருவிழா கொண்டாடுவது போல அவர்கள் விருந்தினர்களைக் கவனித்துக் கொள்கிறார்கள் .ஆனால், தகவல் சொல்லாமல் நினைத்தவுடன் போவதுதான் நம்முடைய பழக்கமாக இருக்கிறது. வரவேற்பவர்களை அதிரவைப்பதுதான் நம் பழக்கமும் நோக்கமும். விருந்தினர்களை வரவேற்பதைவிட, இவர்களுக்கு என்ன கொடுப்பது என்பதும், இவர்கள் எப்போது போவார்கள் என்பதும்தான் நம்முடைய பிரச்சனையே. ஏதாவது பயணத்திற்கு

வீட்டிலிருப்பவர்கள் தயாராக இருக்கும்போது திடீரென வரும் விருந்தினர்கள் அந்தப்பயணத்தையே தகர்த்தெறிந்து விடுகிறார்கள்.

ஒவ்வொரு வீட்டிலும் ஒவ்வொரு விதமான பிரச்சனைகள் இருக்கலாம். போய் நின்றால் மனச்சங்கடத்தோடுதான் நம்மை வரவேற்பார்கள். நல்ல தலைவலியில் சாதமும் தயிரும் போதுமென்று முடிவு செய்து ஓய்வெடுக்கப்போகும் நேரத்தில் திடீரென நான்கு பேர் போய் நின்றால் எப்படி இருக்கும்? அந்த மாதிரியான நேரங்களில் விருந்தினர்கள் தொல்லையாகவும் மாறிவிடுகிறார்கள். வீட்டில் இருப்பவர்களின் பிரச்சனைகளையும் வேலைப்பளுவையும் அவர்கள் கணக்கிலெடுத்துக் கொள்வதேயில்லை. இவர்களைப் போல நாலு பேர் வந்தால், அந்த வாரக் கடைசி அவ்வளவுதான் என்று வீட்டிலிருப்பவர்கள் மனதளவிலாவது நொந்து கொள்வார்கள். அந்த ஒரு பயணத்திலேயே அவர்களுக்கு நம்மீது வெறுப்பும் ஏற்படலாம்.

அயல்நாடுகளில் பிள்ளைகள் பெற்றோரைப் பார்க்க வருவதற்குக்கூட முன்கூட்டியே நேரம் கேட்கிறார்கள். அந்த எல்லைவரை கூட நாம் போக வேண்டாம். ஆனால் சில ஒழுங்குகள் வேண்டாமா? திடீரென ஏதாவது உதவி கேட்டு வருபவர்களைப் பற்றியல்ல, வரவேற்று உபசரித்து மகிழ்வாய் வைத்திருக்க வேண்டிய விருந்தினர்களைப் பற்றித்தான் நான் சொல்கிறேன்.

வீட்டிலிருப்பவர்களுக்கு இனிமையான நினைவுகளாக மாற விருந்தினர்கள் கற்றுக் கொள்ளவேண்டும். ஒரு கிலோ லட்டு கொண்டு போனால் மட்டுமே இனிமையான நினைவுகளோடு இருக்க முடியாதில்லையா? சொல்லாமல் போய், மேலே விழுந்து,

அந்த வீட்டைத் தலைகீழாய் கவிழ்த்து மாற்றும்போது நாம் இழப்பது நம்முடைய மேன்மையையே என்பதை உணர வேண்டும். நல்ல விருந்தினர்களுக்குத் தான் நன்றாக விருந்தினர்களை வரவேற்கவும் தெரியும். எவ்வளவு நெருக்கமிருந்தாலும் சூழல் தெரியாமல் போவது சில நேரங்களிலாவது சங்கடத்தை ஏற்படுத்தும்.

நானும் என் குடும்பமும் நல்ல விருந்தினர்களாகவோ, உபசரிப்பவர்களாகவோ இருக்கிறோமா என்பது எனக்குத் தெரியாது. சில நேரங்களில் மம்முட்டி என்பதனால் சகித்துக் கொள்பவர்களாக இருக்கலாம். என்ன ஆனாலும் ஸ்காட்லாந்து பயணத்திற்குப் பிறகு, தகவல் கொடுத்த பிறகே நாங்கள் வெளியே போகிறோம். மம்முட்டியையும் அவர் குடும்பத்தினரையும் போலொரு விருந்தினர்கள் வரட்டும் என்று நான்கு பேர் சொல்வது நல்ல காரியம்தானே? அப்படியான நல்ல பெயரெடுப்பதில்தான் எப்போதுமே நான் மகிழ்ச்சியடைகிறேன்.

கடவுள் கண்மூடிக்கொள்ளும் தருணம்

அவனை நாம் முரளி என்று அடையாளப்படுத்திக் கொள்வோம். கதையின் நாயகன் இன்றும் என் சொந்த ஊரான 'செம்பில்' இருப்பதால்தான் பெயரை மாற்ற ஆசைப்படுகிறேன். என் பால்ய கால நினைவுகளில் இன்னும் முரளி அழிந்து போகாமலிருக்கிறான். பள்ளிக்கு அபூர்வமாகவே முரளி வருவான். சிலநேரங்களில் அவனுடைய அப்பாவுடன் சேர்ந்து அவனைவிட மிகப்பெரிய கோலால் தேங்காய் நாரை அடித்துக் கொண்டிருப்பான். இல்லையென்றால் கயிரைச் சுமந்தபடி கடந்து போவான். அதுவுமில்லையென்றால் கூலிவேலைக்குப் போவான். இதில் எந்த வேலையும் இல்லாமலிருந்தால் முரளி எங்களோடு பள்ளிக்கு வருவான். இதற்கிடையில் இடைவெளியின்றி எல்லா வருடங்களும் முரளியின் அம்மா பிரசவித்துக் கொண்டேயிருக்கும் குழந்தைகளையும் அவன் பார்த்துக் கொள்வான்.

ஒவ்வொரு வருடமும் முரளி பழனிக்குப் போவான். பழனிக்குப் போவதென்பது ஒரு மாதம் முழுக்க மொத்த ஊரையும் சுற்றி அலைந்து திரிந்து பிச்சை எடுத்துச் சேகரித்த பணத்தில் போகும் பயணம். கேரளாவிலிருந்து பழனிக்குப் போக

முடியாத எத்தனையோ பேருடைய பிரார்த்தனைகளையும் வழிபாடுகளையும் அவர்கள் சார்பாகக் கொண்டு போய் முருகனிடம் முரளிதான் சேர்த்தான். அந்த வருடமும் அவன் மஞ்சள் வேட்டி கட்டி, விபூதி பூசி, பழனிக்குச்செல்லத் தயாரானான். அந்த நாட்களில் அவன் நண்பர்களுடன் அதிகம் பேசமாட்டான். நாங்களும் பயபக்தியுடன்தான் அவனை நெருங்குவோம்.

பிச்சையெடுத்து காசு சேர்த்து போனால்தான் அதிக அருள் கிடைக்குமென்று முரளி சொல்வான். நண்பர்கள், தெரிந்தவர்கள், தெரியாதவர்கள் என எல்லோரிடமும் கேட்பான். காலையிலிருந்து மாலை வரை பிச்சைக்காக நடந்து திரிவான். தட்டில் காசு போட்டால், கருணையுடன் கூடிய முகத்தோடு அவர்களுக்கு முரளி ஒரு துளி விபூதி கொடுப்பான். அந்த விபூதி கற்பூரவாசனையுடன் இருக்கும். இந்துக்கள் அல்லாதவர்கள் கூட முரளிக்குப் பணம் கொடுப்பார்கள். அது கடவுளின் கருணை வேண்டியோ அல்லது அவன் மீதுள்ள கரிசனத்தினாலோ என்பது தெரியாது. கடவுளின் அருளுக்கு ஜாதிபேதமில்லையே!

முரளி பழனிக்குப் போனால் நான்கைந்து நாட்கள் கழித்துதான் வருவான். வரும்போது மொட்டை அடித்திருப்பான். பழனியிலிருந்து திரும்பி வந்த பிறகும் கேட்பவர்களுக்கு அருளோடு விபூதி பூசிவிடுவான்..

இந்த வருடம் அவன் பழனிக்குப் போனவுடன் நான் தனிமையை உணர்ந்தேன். எப்போதும் அவனுடனேயே இருந்த எனக்கு இப்போது என்ன செய்வதென்றே தெரியவில்லை. தனியாகச் சுற்றிக் கொண்டிருந்த நான், அவனுடைய வருகையைத் தெரிந்துகொள்ள அவன் வீட்டிற்குப் போனேன். அவனுடைய

வீட்டில் எங்கும் போவதற்கான சுதந்திரம் எனக்கிருந்தது. எங்கும் என்றால் மொத்தத்தில் ஒரு படுக்கை அறையும், வராந்தாவும் முன்னாலும் பின்னாலும் கொஞ்சம் காலி இடத்துடன் கூடிய கூரைவீடு அது.

முரளி, பல விஷயங்களில் எனக்கு குருவாக இருந்தான். தூண்டில்போட, படகு ஓட்ட, பழக்கமில்லாத வழிகளை அறிமுகப்படுத்த என தொடங்கி பல காரியங்களுக்கும் முரளிதான் என் துணை. நமக்குத் தெரியாத விஷயங்களைத் தெரிந்து வைத்திருப்பவன் என முரளிமீது எனக்கு மரியாதையே உண்டு. முரளிக்கோ, பெரிய வீட்டுப் பையனான என்னை, தான் கிழித்த கோட்டில் நிறுத்தி வைக்க முடிவதில் சிறிய கர்வமும் உண்டு. என்னை நிலை நிறுத்திக் கொள்ள நான் அதைச் சகித்துக் கொண்டேன். என்றைக்காவது ஒருநாள் அந்த கர்வத்தைத் தகர்க்க நானும் காத்துக் கொண்டிருந்தேன்.

அவனைப் பார்க்கலாமென சட்டென வீட்டினுள் நுழைந்த என்னை முரளி சற்றும் எதிப்பார்த்திருக்கவில்லை. தலையை மொட்டை அடித்திருந்த முரளி சப்பணமிட்டு அமர்ந்து கஞ்சி குடித்துக் கொண்டிருந்தான். வெளுத்துப் போன முகத்துடன் என் கண்களை நேரிட்டான்.

"என்னடா நீ பழனிக்குப் போகல?"

முரளி பேசவில்லை.

"அப்ப மொட்டை எப்படிடா?"

அப்போதும் முரளி பேசவில்லை. அவன் பழனிக்குப் போகாமலேயேக் கிடைக்கும் பணத்தை வைத்து பிழைப்பு

நடத்துகிறான் என்பது அப்பட்டமாகப் புரிந்தது. இந்த ஏமாற்று வேலையைத் தகர்த்து தூளாக்குவது என்ற முடிவோடு அவன் வீட்டு வாசலை வேகமாகக் கடந்தேன். யாரிடமெல்லாம் இதைச் சொல்ல வேண்டுமென்ற பட்டியல் மனதில் ஓடியது. ஆனால் ஓடிவரும் நதிக்கு அணையிடுவது போல முரளியின் அம்மா என்னைத் தடுத்து இடறின குரலில் பேசினார்.

'தயவு செய்து மோன் இதை யாரிடமும் சொல்லக்கூடாது. அவனோட அப்பா படுத்த படுக்கையாக இருப்பது உனக்குத் தெரியுமில்லையா? பத்து நாளா எனக்குக் கூலி வேலை கிடைக்கல. அவருக்கு மருந்து வாங்கக் காசில்ல. குழந்தைகள் எல்லாம் பட்டினி. அவருக்கு ஒடம்பு ரொம்ப முடியாத நாட்களில் வேலை கெடச்சாலும் என்னால போக முடியல. முரளி பிச்சை எடுத்திட்டு வர்ற காசில்தான் ஒரு மாசமா நாங்க அரை வயித்துக் கஞ்சி குடிக்கிறோம். அடுத்த மாசம் வேலை கெடக்கற வரைக்கும் எங்களுக்கு வேற வழியில்லை''

இரண்டு கைகளையும் கூப்பி, கண்ணில் நீர் ததும்ப தன் மகனைப் போன்ற பையனிடம் இறைஞ்சுகிறோமே என்ற துக்கம் மேலிடப், பேசிய அந்தத் தாயின் உருவமும் வார்த்தைகளும் என் நினைவிலிருந்து இன்றும் அகலவில்லை. நான்கைந்து நாட்கள் வீட்டில் ஒளிந்திருந்த பின் முரளி திரும்பி வந்தான். டலருக்கும் பிரசாதமும் கொடுத்தான். பிறகு அதைப் பற்றி நாங்கள் பேசிக் கொள்ளவேயில்லை. இதுவரை நான் யாரிடமும் பகிர்ந்து கொண்டதுமில்லை. ஆனால், முரளிக்கும் எனக்குமான பந்தம் கயிறுபோல மேலும் மேலும் இறுகித் திடமானது.

பழனி வழியாக என் பயணம் அமையும் போதெல்லாம் நான் முரளியைப் பற்றி யோசிப்பதுண்டு. முருகன் ஒரு போதும்

முரளியைச் சபிக்கமாட்டார் என்றே நான் இன்றும் நம்புகிறேன். மனிதனின் தவிர்க்க இயலாத தேவையான உடைக்கும், உணவுக்குமாக கடவுளே காட்டிய எளிய வழிதான் அதென்றும், அவருடைய கருணையே அவனுடைய தட்டில் விழுந்த சில்லறையாகவும் நான் பார்க்கிறேன்,

முப்பது வருடங்களுக்குப் பிறகு முரளியையும் அவன் குழந்தையையும் என் சொந்த ஊரில் சந்திக்க நேர்ந்தது.

இப்போது குடும்பம் நல்ல நிலையில் இருந்தது. வேலையும் தகுந்த கூலியும் கிடைக்கிறது. குழந்தைகளை நல்ல பள்ளியில் படிக்க வைக்கிறான். பழைய பொய் சொல்லிப் பிழைக்க வேண்டிய தரித்திரமில்லை. ஆனாலும் முரளி மஞ்சள் வேட்டி கட்டி திருநீறு பூசியிருந்தான்.

''இதென்னடா இப்பவும் பழனிக்குப் போறீயா?''

''ஆமான்டா. அன்றைய சம்பவத்திற்குப் பிறகு நான் ஒரு வருடம் கூட பழனி முருகனைத் தரிசிக்காமல் இருந்ததில்லடா. இப்பவும் பிச்சை எடுத்துத் தான் போகிறேன். இந்தத் தடவை பையனும் கூட வரான். கடவுள் அருளால் எல்லாம் நல்லபடியா போகுது.''

இத்தனை வருடங்கள் கழிந்தும் வேண்டுதலுக்காகவும் மனத்திருப்திக்காகவும் இப்போதும் பிச்சை எடுத்துத்தான் போகிறேன் என்று முரளி சொன்ன போது பக்தியால் உருகிய அவன் இதயத்தை அறிய முடிந்தது. பிராயச்சித்தத்தைத் தரிசிக்க நாடிப் போகும் மனதை என்னால் உணர முடிந்தது.

இப்படி கரைந்து கடவுளை நேசிக்கவும், சமர்ப்பிக்கவுமுள்ள மனது எனக்கும் வேண்டும் என்று நான் ஆசைப்படுகிறேன்.

லஞ்சத்தின் வேர்

எந்தச் சபையிலாக இருந்தாலும் அரசியல்வாதிகளைக் குற்றம் சொல்லும்போதுதான் நமக்கான குடியுரிமை பற்றிய அக்கறை மிகவும் உச்சத்தில் இருக்கும். ஒருமுறை இப்படியான ஒரு உரையாடலின்போது மிகவும் வயதான ஒரு மனிதர்,

'மம்முட்டி ஓட்டு போடுவீங்களா?' என்று கேட்டார்.

''இல்ல.பல நேரங்களில் நான் ஷூட்டிங்கில் இருப்பேன்.''

''ஓட்டு லிஸ்ட்டில உங்க பேரு இருக்கா?''

''இருக்கலாம். ஆனால் நான் சேக்கல.''

''அதாவது ஜனநாயகத்தில் உங்களுக்குப் பங்கில்ல. பிறகு எப்படி குறை சொல்ற அதிகாரம் மட்டும் உங்களுக்கு இருக்கிறதா நெனக்கறீங்க?''

யோசித்துப் பார்த்தால் சரிதானென்று தோன்றுகிறது. நாட்டின் ஜனநாயகத்தைத் தீர்மானிக்கும் பணியில் பேசுவது மட்டுமல்லாமல் நான் பங்கெடுத்துப் பல ஆண்டுகள் ஆகிவிட்டன. குறை சொல்வதை மட்டும் நிறுத்துவதேயில்லை.

மின்சாரக் கட்டணம் உயர்த்தப்படும் போதெல்லாம் நமக்கு மனதளவில் எதிர்ப்பு பொங்கும். அறிவிப்பு வந்த நேரத்திலிருந்தே, நாம் அதற்கெதிராகப் பேச ஆரம்பித்து விடுவோம். ஆனால் அரசு அதை வேண்டாமென்று திருப்பி எடுத்துக் கொள்வதற்கான எந்தச் செயல்பாடுகளிலும் நாம் ஈடுபடுவதில்லை.

போராட்டம் நடத்துவதற்காகவே எல்லா இடத்திலும் கொஞ்சம் பாவப்பட்ட ஜென்மங்கள் இருக்கிறார்கள். அவர்கள் ஒருநாள் கூலியை இழந்து போராட்டம் நடத்துகிறார்கள். சிலநேரங்களில் அடிவாங்குகிறார்கள், சிலநேரங்களில் இறந்து போகிறார்கள். அவர்களின் போரட்டங்களின் பலனாகவே நாம் குளிரூட்டப்பட்ட அறைகளில் வசிக்க முடிகிறது. போராட்டம் நடத்துவது அவர்கள் வேலை என்பதாக நினைத்துக்கொண்டு நாம் அவர்களை ஒதுக்குகிறோம்.

இறந்த எலியை சாலைகளில் தூக்கியெறிவது நம் வேலை. அதை எடுத்துக்கொண்டு போக வேண்டியது கார்ப்பரேஷனின் வேலையாக நாம் கருதுகிறோம். குடிமகன் என்ற நிலையில் பொது இடங்களில் எலியைத் தூக்கி எறியக்கூடாது என்பதை மிக வசதியாக மறந்து போகிறோம். உதிர்ந்த இலைகளைக்கூட சாலைகளில் ஒதுக்கித் தள்ளாத நாம், சுகாதாரத்தைப் பற்றியும் துப்புரவுத் தொழிலாளியின் சுத்தமின்மை பற்றியும் பேசுவோம். நம் குடியுரிமை நம் வீட்டுச் சுவர்களோடு முடிவுறுகிறதென்றும் அதன் பிறகான பொறுப்பு மற்றவர்களுடையது என்றும் நினைக்கிறோம். எத்தனை முறை கேட்டாலும் கென்னடி சொன்னதை நாம் மீண்டும் யோசிக்க வேண்டும்.

"நாடு உங்களுக்கு என்ன செய்தது என்று நினைக்காமல்

நீங்கள் நாட்டிற்கு என்ன செய்தீர்கள் என்று நினைத்துப் பாருங்கள்.''

இங்கே யாராவது ஒரு அரசியல்வாதி நம் கடமைகளை ஞாபகப்படுத்துவது உண்டா? நம் கடமைகளை ஞாபகப்படுத்துவதே நமக்குப் பிடிக்காது என்று நினைத்துதான் அரசியல்வாதியும் பேசாமல் இருக்கிறான். மிகப் பெரிய ஊழல் செய்பவர்கள் என்பதே அரசியல்வாதிகள் பற்றிய நமது அபிப்பிராயம். நமக்கெல்லாம் ஏதாவது தொழில் இருக்கிறது. கிடைக்கும் வருமானத்தில் குடும்பம் நடத்த வேண்டியதன் சிரமமும் நமக்குத் தெரியும். எப்போதும் பேராட்டமும் அடிதடியுமாய் வாழும் அரசியல்வாதிக்கும் குடும்பம் உண்டு. நமக்காகப் போராட்டம் நடத்த அவர்களுக்கு நாம் சம்பளம் கொடுப்பதில்லை. அதனால் வாழ்வதற்கு ஏதாவது செய்து பணம் சம்பாதிக்கிறார்கள். அவனுடைய குழந்தைகளைத் தரமான பள்ளிகளில் ஆங்கிலவழிக் கல்வியில் படிக்க வைக்கவும், போட்டித் தேர்வுகளை எதிர்க்கொள்ள தயார்படுத்தவும் வேண்டாமா? இதையெல்லாம் அவர்களுக்காக நாம் செய்கிறோமா? நாமெல்லாம் மிகச்சரியாக தினப்படி மாறாமல் ஜனநாயகத்தில் பங்கெடுப்பதாக இருந்தால் லஞ்சமும், அரசியல்வாதிகளின் இப்போதைய செயல்பாடுகளும் இல்லாமலே போகும். லஞ்சத்திற்கு வழிவகுத்துக் கொடுப்பது நாம்தான். நாம் சேர்ந்து நடத்த வேண்டிய போரட்டங்களை நமக்காக அவர்கள் நடத்தும்போது, அதற்கு ஒருகூலியை எதிர்பார்க்கிறார்கள். அதைத் தவறென்று சொல்ல முடியுமா? தேவை ஏற்பட்டால் இவர்களுடைய உதவியை நாட நமக்கு எந்தவிதமான மனத்தடையும் இல்லை.

பணம் வாங்கினாலும் வேலையை முடித்துக் கொடுப்பவர்களுக்குத்தான் மரியாதை. எல்லா கட்சிகளிலும். அதனால்தான் சுத்த ஆன்மாக்கள் குறைந்து போகிறார்கள். நுகர்வோருக்குத் தேவையான பொருட்களையே நிறுவனமும் மார்க்கெட்டில் வைத்திருக்கும் என்பது வியாபார உத்தி. பன்னாட்டு நிறுவனங்கள் போல நடக்கும் அரசியல் கட்சிகளுக்கும் இது போன்ற தந்திரங்கள் இருக்கின்றன. மகாத்மா காந்தியை எதிர்த்தவர்கள்கூட அந்தப் பெயருக்கான மயக்கும் சக்தியைப் பார்த்து அதை 'பிராண்ட்நேம்' போலப் பயன்படுத்துவதைப் பார்க்கிறோமே.

வாக்கு செலுத்தும்போதும் நம்மை வழிநடத்துவது, 'மண்ணெண்ணெய் கிடைக்கவில்லை; சர்க்கரை கிடைக்கவில்லை' போன்ற லௌகீக பிரச்சனைகள் தொடங்கி ஜாதி பிரச்சனை வரையிலுமாக இருக்கின்றன. அதனால் தான் தகுதியில்லாதவர்களும், கொள்ளைக்காரர்கள் என்று அறியப்படுபவர்களும் மீண்டும் மீண்டும் வெல்கிறார்கள். நாம் வாக்களிக்கும்போதுகூட நம் சுயலாபத்தைத்தான் பார்க்கிறோம்.

ஜாதியின் பின்புலத்தில் வென்றவர்கள் மீண்டும் வெல்ல ஜாதியைத்தான் நம்புகிறார்கள். பிறகுதான் பொதுவான வாக்காளர்கள். நம்முடைய பிரதிநிதிகள்தான் நாட்டை ஆள்கிறார்கள். அவர்களிலிருந்தும் பிரதிபலிப்பது நம்மைப் போன்ற பெரும்பான்மையோரின் எண்ணங்கள்தான் என்பதில் தெளிவாக இருக்க வேண்டும். கோழி, முட்டையை நன்றாக அடைகாத்து அன்னப் பறவை பொரிக்க வேண்டும் என்று நாம் எதிர்பார்க்கக்கூடாது. முதலில் முட்டையிடுபவன் அன்னப் பறவையாக மாறவேண்டும். அன்னப் பறவையாகத் தன்னை நினைத்துக் கொண்டால் மட்டும் போதாது.

வேலைப்பளுவைக் காரணமாகச் சொல்லி வாக்களிக்காமல் இருப்பதும், ஜனநாயகத்தின் முன்னேற்றத்தில் பார்வையாளனாக மட்டுமே இருக்கும் மம்முட்டிக்கு ஆளும் அரசியல்வாதிகளைப் பற்றிப் பேச என்ன தகுதியிருக்கிறது? பார்வையாளனாக இருக்க மட்டுமே அவனால் முடியும். வியர்வை சிந்தாமல், சிரமப்படாமல், மம்முட்டி செய்யும் ஒரே வேலை குறைசொல்வதுதான். அதன் மூலமே தேசம் நன்றாக மாறிவிட வேண்டுமென்று மம்முட்டி நினைக்கிறார். சாலையில் பள்ளத்தில் கார் விழுந்து பதறும்போது மட்டும் சாலையின் தரம் குறித்து சிந்தித்தால் இப்படியான அதிர்வும் தெளிவும் குலுங்கலும் நேரான பயணமும் மாறிமாறி தொடரத்தான் செய்யும்,

படப்பிடிப்பிற்கு நடுவில் சாதாரணமாகப் பேசிக் கொண்டிருக்கும்போது இயக்குநர் சத்யன் அந்திக்காடின் இரட்டைக் குழந்தைகளுக்கும் கம்ப்யூட்டரில் ஆர்வம் இருக்கிறது என்பதைத் தெரிந்து கொண்டேன். சத்யன் இதுவரை அவர்களுக்கு கம்ப்யூட்டர் வாங்கித் தந்திருக்கவில்லை. அப்பாவிடம் கம்ப்யூட்டர் வாங்கித் தரச்சொல்கிறேன் என்று நான் குழந்தைகளுக்கு வாக்கு கொடுத்திருந்தேன். அதனால் சத்யனிடம் பேசினேன்.

''பிள்ளைகளுக்கு கம்ப்யூட்டர் வாங்கிக் கொடுத்தால் என்னடா? அவர்கள் ஒருபுதிய உலகத்திற்கு வரட்டுமே.''

''அவங்களோட படிப்பைப் பார்த்துக் கொள்வது என் மனைவிதான். நிம்மி கொஞ்ச நாளாகட்டுமேன்னு சொல்றா.''

''அதெதுக்கு? குழந்தைகளாக இருக்கும்போதே இதையெல்லாம் தெரிஞ்சுக்கணும். பழைய காலமில்லை இது.''

கம்ப்யூட்டர்

''அதான்பிரச்சனையே''.

சத்யன் பிரச்சனைகளை விரிவாகச் சொன்னான். குழந்தைகள் கம்ப்யூட்டரும், இன்டர்நெட் இணைப்பும் கேட்ட நேரத்தில், கிராமத்துப் பெண்ணாக இருந்தாலும் அவருடைய மனைவி கம்ப்யூட்டர் உலகத்தில் உள்ள சதிகுழிகளைக் கேள்விப்பட நேர்ந்திருக்கிறது. அவை என்னவென்று தெரிந்த பிறகு கம்ப்யூட்டர் வாங்கிக் கொள்ளலாம் என்பதுதான் மனைவியின் வாதம்.

நிம்மி கம்ப்யூட்டர் கற்றுக் கொள்வதற்கு முன்பே பிள்ளைகள் அதை வாங்கி விட்டிருந்தனர். அதில் திறமைசாலிகளாவதற்கு முயற்சி செய்து கொண்டிருந்தனர். தனக்குப் பரிச்சயமற்ற கணினியும் அதன் மூலம் தன் அறைக்குள் வந்துவிடும் அவசிய, அனாவசியங்களைப் பற்றிய பயங்களும் நிம்மிக்கு ஏற்பட்டதால் அவள் பயிற்சி வகுப்புகளுக்குச் சென்றாள். சான்றிதழும் பெற்றாள். வீட்டு வேலை, வயல் வேலை என்று மூழ்கியிருந்த அவளுக்கு கணினி தேவையில்லை என்று வேண்டுமானால் தோன்றலாம். ஆனால், பிள்ளைகளைக் கண்காணிப்பது என்பது அவ்வளவு சாதாரண காரியமல்ல.

பாலியல் மற்றும் வன்முறை உலகத்தின் சொர்க்க வாசல் இன்டர்நெட் என்பது எல்லோர் மனதிலும் எழும் விஷயம். இந்த ஆபத்தை உணர்ந்து கொள்ளும் ஒவ்வொரு பெற்றோரும் பிள்ளைகள் என்ன செய்கிறார்கள் என்று தெரிந்து கொள்ளும் ஆர்வத்துடன் இருப்பார்கள். குழந்தைகள் எந்த வாசல்வழியாகச் செல்கிறார்கள் என்பதைத் தெரிந்து கொள்வதில் ஒவ்வொரு அம்மாவும் இயற்கையாகவே கவனம் செலுத்துவார்கள். நகரத்தில் பல வருடங்களுக்கு முன்பே இதையெல்லாம் பார்க்கத் தெரிந்து கொண்ட அம்மாக்களைவிட விஷயம் தெரிந்தவர்களாக கிராமத்துப் பெண்கள் இருக்கிறார்கள்.

வீட்டுப் பெண்களின் மனநிலையை அறிந்தபோது அவர்களுடைய பயம் தவறில்லை என்று எனக்குத் தோன்றியது. பல வருடங்களாக கம்ப்யூட்டரை உடன்பிறப்பு போல அன்பு செலுத்துபவர்களுக்கிடையில்கூட மனதில் எங்கோ ஒரு சந்தேகம் முளைவிட ஆரம்பித்துவிட்டது. வேதப்புத்தகங்களில் 'யாகோக்' என்றும், 'மாகோக்' என்றும் 'தஜ்ஜால்' என்றும் 'கலி' என்றும் சொல்லப்படும் அவதாரமா இந்த கம்ப்யூட்டர்? சர்வநாசத்தின் துளிர் விதையாய் வரும் இதுதான் உலக அழிவிற்கு முன்வரும் பிரளயத்தின் முன்னறிவிப்போ?

கம்ப்யூட்டர் இப்போது ஞாபகங்களின் பாதுகாவலன் மட்டுமே. மனிதன் பகிர்ந்தளிக்கின்ற நினைவலைகளை மட்டுமே பாதுகாக்கிறது. கேட்கும்போது அவற்றைத் தேவைப்படும் வடிவத்தில் திருப்பிக் கொடுக்கும் ஒரு பாதுகாவலன் மட்டுமே. சொல்லிக் கொடுக்காத எதையும் கம்ப்யூட்டர் தன் நினைவில் பத்திரப்படுத்திக் கொள்ளாது. நினைவடுக்குகளில் பாரமேறும் போதெல்லாம் கம்ப்யூட்டரின் மகத்துவம் கூடுகிறது.

எல்லாவற்றையும் எந்திரமயமாக்குவதன் உச்சம்தான் கம்ப்யூட்டர். அரைக்க, துணி துவைக்க, வீடு துடைக்க என்று தொடங்கி எல்லா வீட்டு வேலைகளையும் இயந்திரங்களிடம் ஒப்படைக்கிறோம். குளியலறைக்கு நடந்து செல்ல சோம்பேறித்தனப்பட்டு ஆட்டோவில் போய்விடலாமா என்று யோசிக்கும் காலம்.

வேட்டையாடவும், காய்கனிகள் உண்டு வாழவும் தான் மனிதனை இயற்கை உருவாக்கி இருக்கிறது. உணவிற்கான தேடல் என்பது மிகப்பெரிய போராட்டமாக இருந்தது. வேட்டையாடத் தேவையான சக்திதான் கொலஸ்ட்ரால். அம்பெய்து தன் முன்னால் இருக்கும் இரையைப் பிடிப்பதற்காக, காட்டிலும் மேட்டிலும் ஓடி, வியர்த்து உழைத்துத் திரும்பி வரும்போது உடலில் கொலஸ்ட்ரால் எரிந்து போயிருக்கும். மீண்டும் நன்றாகச் சாப்பிட்டு அந்த உணவின் சக்தியைக் கொண்டு புதிய வேட்டையைத் தொடங்க வேண்டும். இன்றைக்கு கொலஸ்ட்ராலைக் குறைக்க பணம் கொடுத்து உடற்பயிற்சிக் கூடங்களுக்குச் செல்கிறோம். வாழ்வதற்காக பகல் முழுவதும் உழைக்கிறோம். பிறகு ஆயுள் நீட்டிப்பிற்காக உடற்பயிற்சிக் கூடங்களில் உழைக்கிறோம். இயந்திரம் மனிதனைப் புதிய புதிய பிரச்சனை நோக்கி அழைத்துச் செல்கிறது.

சுகஜீவனப் பாதையின் மைல்கல்தான் கம்ப்யூட்டர். அது வந்தவுடன் எல்லாம் தலைகீழாகிவிட்டது. அதில்லாமல் வாழமுடியாது என்ற நிலைதான் வேதனை. உலக மக்களுக்குத் தேவையான மருத்துவமனைகள், ரயில்நிலையங்கள், விமானங்கள், கட்டிடங்கள், போக்குவரத்து, வங்கிகள் என எல்லாவற்றையும் கணினி தனக்குள் உள்ளடக்கிக்

கொண்டிருக்கிறது. வங்கிகளின் கம்ப்யூட்டர் இரண்டு நாட்கள் ஸ்தம்பித்தால் உலக வியாபாரம் முழுவதும் நின்றுவிடும். எங்கேயாவது ஒரு 'கீ' தவறாகஅழுத்தப்பட்டுவிட்டால் எங்கிருந்தெல்லாமோ ஏவுகணைகள் வானத்திற்குப் பறக்கும். கம்ப்யூட்டர் தரும் நன்மைகளைப் போலவே அதனுடைய பட்டன்களில சில பயங்கரங்களும் பொதிந்திருக்கிறது. அணுப்பிளவின் மூலம் சக்தியின் பிரம்மாண்டமான ஆர்ப்பரிப்பைக் கண்டெடுக்க நம்மால் முடிந்தது. ஆனால் அணு ஆயுதங்களுக்கு அதுவே வழிவகுத்தது என்பதை கனவில்கூட யாரும் நினைக்கவில்லை. கம்ப்யூட்டரின் நிலையும் இது மாதிரி அழிவிற்குள்ளாகுமோ?

கம்ப்யூட்டர் இப்போது நினைவுகளின் சக்கரவர்த்தி. ஆனால் ஏதாவதொரு அதிபுத்திசாலி கம்ப்யூட்டருக்கு செயற்கை அறிவைக் கொடுக்க முடியாதென்று உறுதியாகச் சொல்ல முடியுமா? இப்போதே கம்ப்யூட்டரின் நினைவுகளைத் தலைகீழாக மாற்றி நாம் விரும்பாத பல செயல்களைச் செய்யும் வைரஸ்கள் இருக்கின்றன. செயற்கை அறிவு ஏற்படும் நாளில் அவை என்ன செய்ய வேண்டும் என்பதை அதுவே தீர்மானித்துக்கொள்ளும். மனிதநேயம் இல்லாததனால் கம்பியூட்டர் எதையும் செய்யும் வாய்ப்புள்ளது. பறக்கும் விமானத்தை நகரத்தின் மத்தியில் இறங்கக் கட்டளை இடும். ஏவுகணைகளுடன் பறக்க உத்தரவிடும். தயார்நிலையிருக்கும் ஆயிரக்கணக்கான ஆட்டம்பாம்களுக்கு வெடிக்கச் செய்யும் சங்கேத மொழியைக் கற்றுக் கொடுக்கும்.

மகாவீரனான அலெக்ஸ்சாண்டர் சக்கரவர்த்தி அவருடைய சிந்தனையில் இருந்த உலகம் முழுவதையும் தன் ஆளுமையின்

கீழ் அடக்க பத்து வருடங்கள் எடுத்துக் கொண்டார். ஆனால் சுயபுத்தியை அடையும் கம்ப்யூட்டர் நிமிடங்களின் இடைவெளியில் இன்டர்நெட்டின் வழியாக உலகத்தை அசைவின்றி கைப்பிடியில் அடக்கி வைத்துக்கொள்ளும்.

எல்லா கம்ப்யூட்டர்களையும் சின்னாபின்னமாக்கும் மோசமான வைரஸ் இன்டர்நெட்டின் வழியாக மின்னல் போல உட்புகுந்தாலும் போதுமே. இது ஒரு துர்க்கனவாகக்கூட இருக்கலாம். உலகத்தின் எந்த மூலையிலிருந்தும் எந்த செய்தியும் விரல் நுனியில் கிடைக்குமென்பது கனவல்ல என்கின்றபோது இதை ஒரு துர்க்கனவென்று எப்படி நம்ப முடியும்?

இயந்திரங்கள் மனிதனுக்கு அவசியம்தான். ஆனால், தினசரி வாழ்க்கைக்குக் கூட மனிதன் இயந்திரங்களை நம்பத் தொடங்கிவிட்டான். குழந்தைகள் கம்ப்யூட்டரின் வழியாக செக்ஸையும், வன்முறையையும் தாங்கி நிற்கும் வேறு உலகத்தில் சஞ்சரிக்க வழிதேடுகிறார்களே என்று பயப்படும் தாய்மார்களின் வேதனைகளைச் சுலபமாக புறந்தள்ள முடியாது. வாழ்வில் ஒவ்வொரு வேலைகளையும் இயந்திரத்திற்குவிட்டுக் கொடுக்கும்போது மனதில் இந்த தாய்மார்களின் எதிர்பார்ப்புகளைக் காப்பாற்ற வேண்டாமா? நாளைக்கே நாம் மிக்ஸியைத் தூக்கிப்போட்டு விட்டு அரைக்க அம்மியைத் தேடவேண்டுமென்பதல்ல; எங்கேயாவதொரு எல்லையை வரையறுக்க வேண்டுமென்பது மட்டுமே. நாம் இயந்திரங்களை நம் பிடிக்குள் வைத்து இரவில் நிம்மதியாகத் தூங்குவோம். அதிகாலையில் எழுந்து நடைபயிலப் போவதையும் உடற்பயிற்சிக் கூடங்களுக்குப் போவதையும் தவிர்ப்போம்.

மரவள்ளிக் கிழங்கும் மாட்டிறைச்சியும்

கொச்சியிலிருந்து அதிரப்பள்ளிக்குப் போகும் வழியில்தான் அந்த டீக்கடை இருக்கிறது. பதினெட்டு வருடங்களுக்கு முன்பு ஸ்ரீகுமாரன் தம்பியின் ’விளிச்சு விளிகேட்டு’ (அழைத்தாய் கேட்டேன்) என்ற படத்தின் படப்பிடிப்புக்குப் போய்க் கொண்டிருந்தேன். படப்பிடிப்பு முடிந்து தினம் வீட்டிற்குப் போய்வருவதை வழக்கமாகக் கொண்டிருந்தேன்.

காலையில் வீட்டிலிருந்து கிளம்பும்போது சாப்பிடாமல் கிளம்பியதால் நன்றாகப் பசித்தது. டீ குடிக்கலாம் என்று கூட்டமில்லாத இடத்தில் சாய்வாய் இறக்கிக் கட்டிய அந்தக் கூரைவேய்ந்த கடையினுள் நுழைந்தேன். மண்ணில் குழிதோண்டி மூங்கில் நட்டு பலகையிட்ட பெஞ்சும் ஆடும் டெஸ்க்கும்தான் மொத்த ஃபர்னிச்சரே. டீ கொதிக்கும் கறுத்த பாய்லரும் நீள வடிகட்டியும் டீ ஆற்ற உதவும் அலுமினியபோணியும் தான் பாத்திரங்கள். ஆனால் கடையும், பாத்திரங்களும் மிகவும் சுத்தமாக இருந்தன. பாத்திரங்களையும், டீ டம்ளர்களையும் சுத்தமாகக் கழுவியே பயன்படுத்தினார்கள். தண்ணீர் தாராளமாக இருந்ததும் காரணமாக இருக்கலாம்

சாப்பிட ஏதாவது இருக்குமா என்று கேட்டபோதுதான் முதன் முதலாக ‘மரவள்ளி மாட்டிறைச்சி’ கேள்விப்பட்டேன். மரவள்ளியைத் தனியாகவும் மாட்டிறைச்சியைத் தனியாகவும் கேட்டிருக்கிறேன். ‘மரவள்ளி மாட்டிறைச்சி’ என்பதை முதல் முறை கேட்கிறேன். வாழையிலை போட்டு அதைச் சூடாகப் பரிமாறியபோது சிறப்பான ஒரு மணம் வந்தது. அன்று நான் சாப்பிட்டது, வாழ்க்கையில் நான் சாப்பிட்ட மிகவும் நல்ல சாப்பாடாக இருந்தது. அதன் பிறகான நாட்களின் படப்பிடிப்பு முடியும்வரை நான் எல்லா நாட்களிலும் அங்கேயே சாப்பிட்டேன். இப்போது அந்தக் கடை அங்கே இருக்க வாய்ப்பில்லை என்றே நினைக்கிறேன்.

தனியாவும் மிளகாயும் மசாலாவும் அரைத்துச் சேர்த்த மாட்டிறைச்சியை உப்பிட்டு வேக வைத்து நன்றாக வெந்து வரும்போது அதில் மரவள்ளிக் கிழங்கை சுத்தம் செய்து சேர்க்கிறார்கள். பிறகு இரண்டும் ஒன்று கலந்து ஒட்டி உறவாடி பிரித்தெடுக்க முடியாமல் கொஞ்சம் கரைந்த பிறகு தேங்காய் எண்ணெயையும் கறிவேப்பிலையையும் சேர்த்து மூடிவிடுகிறார்கள். செயல்முறையைக் கேட்டால் சாதாரணமாக இருக்கும். ஆனால், விறகடுப்பில் நம் பாரம்பரியப் பாத்திரத்தில் தயாராகும் இந்த உணவின் சுவை, பதினெட்டு வருடங்களுக்குப் பிறகும் என்னை ஏங்க வைக்கிறது. வீட்டில் அப்படிச் சமைக்க நான் முயற்சித்திருக்கிறேன். ஆனால் எப்போதும் மரவள்ளி தனியாகவும் மாட்டிறைச்சி தனியாகவும் பிரிந்து கிடந்த உணவாகத்தான் இருந்ததே தவிர, ஒன்றிணையவேயில்லை.

மலப்புரத்தில் 'எடப்பள்ளி' என்ற இடத்திற்கும் 'குட்டிப்புறம்' என்ற இடத்திற்கும் இடையில் ‘நிஷா’ என்றொரு ஹோட்டல் இருந்தது. அங்கேயும் பலமுறை நான் நல்ல உணவைச்

சாப்பிட்டிருக்கிறேன். புட்டு எடுத்து பீங்கான் கிண்ணத்தில் போடுவார்கள். எரிந்து கொண்டேயிருக்கும் அடுப்பிலிருந்து குழம்பை அள்ளி ஊற்றுவார்கள். எல்லா மசாலாவையும் ஒன்றாகக் கரைத்து அதில் விதவிதமான கறிகளையும் காய்கறிகளையும் போட்டு பலபெயர்களிட்டு பரிமாறும் வழக்கமே இந்தக் கடையில்இல்லை. ஒவ்வொரு குழம்பிற்கும் வெவ்றோன மசாலாக் கலவைகளை தனித்தனியாக சிரத்தையெடுத்து பொரித்து மூடிவைத்து பரிமாறுவார்கள். மிகுந்த ஈடுபாட்டோடு இடையில் உணவு தீரத்தீர நம்மைக் கேட்காமலேயே, போதுமென்று சொன்னாலும், 'கொஞ்சம் புட்டு வச்சுக்கோங்க. இன்னும் கொஞ்சம் கொழம்பு, ஒரு பீஸ்' என பிரியத்துடன் பரிமாறுவார்கள். சாப்பிடுவதற்கு இணையாக பரிமாறுவதையும் அவர்கள் ரசித்துச் செய்தார்கள்.

கொச்சியில் ‘காயிக்கா’ பிரியாணியும், திருவனந்தபுரத்தின் ‘கேத்தலின்’ சிக்கன் குழம்பும் மலையாளிகளின் சுவைகளின் அடையாளமாக மாறிப்போனது வெறும் சுவையால் மட்டுமல்ல. அதில் அதீத அன்பும், அக்கறையும் பிணைந்திருக்கிறது. நன்றாகச் சுவைத்துச் சாப்பிடுபவர்களுக்கு இங்கே பில் தொகை குறைவாகவே இருக்குமாம். சட்டக் கல்லூரியில் படிக்கும் காலத்தில் ‘ மாமாக்கடை’ தான் எங்கள் கனவு. ஒரு ரூபாய் கொடுத்தால் சாப்பாடும், இருபத்தைந்து பைசா கொடுத்தால் மீனும் கிடைக்கும். 'குணம்பு', ‘கரிமீன்' போன்ற மீன்களில் தேங்காய் அரைத்துவிட்டு செய்த ‘மீன்கறி'களுக்கு மறக்க முடியாத, காலங்கள் கடந்த ருசி இருந்தது. நான் சொல்லும் இந்த உணவு வகைகளிலெல்லாம் மலையாளிகளின் அன்பும் சேர்ந்திருந்தது. இப்போதும் நல்ல சாப்பாடு கிடைக்கும் எத்தனையோ உணவு விடுதிகள் இருக்கின்றன. நல்ல உணவு

எங்கே கிடைத்தாலும் சாப்பிடும் மலையாளிகளின் சுவை உணரும் தன்மை மிகவும் விசாலமானது. இப்போதெல்லாம் சைனீஸ் உணவு அம்மா அப்பாக்களின் பெருமையாக உணரப்படுகிறது. அதைச் சாப்பிட குழந்தைகள் பழகிப் போயிருக்கிறார்கள். அதற்கு நம் குழந்தைகளைக் குறைசொல்ல முடியாது உணவுகளான பீட்சாக்களுக்கு சிலநேரங்களில் புதிய நல்ல சுவை இருக்கவே செய்கிறது. ஆனால் பதினெட்டு வருடங்கள் இருபது வருடங்கள் எனகாலம் கடந்து நினைவில் தங்கும் சுவை அதற்கிருப்பதாகத் தெரியவில்லை.

பழைய கட்டிடங்களைப் பாதுகாப்பது போல அரசும் சுற்றுலாத்துறையும் விசேஷமாக இப்படி மறக்கவியலாத உணவு வகைகளையும் காப்பாற்ற வேண்டும். அப்படிச் செய்யாமல் அவர்களிடமிருந்த மெனுவைக் கொண்டுபோய் யூரோப்பியன் கிச்சனில் கொடுத்து எந்தப் புண்ணியமுமில்லை. சாதாரண மனிதன் போகவும் சாப்பிடவும் முடியாத இடத்தில் புட்டு செய்து வைத்தால் என்ன? சாப்பிட்டால் என்ன? பாரம்பரிய உணவின் மகத்துவத்தால் தான் சீன உணவு, உலகத்தின் எல்லா பகுதி மக்களாலும் சுவைக்கப்படுகிறது. இதையொரு மிகப்பெரிய வெற்றியாகத்தான் பார்க்க வேண்டும்.

மலையாளிகளின் உணவிற்கும் அவர்களின் வாழ்விற்கும் தொடர்புண்டு. இலையில் சுருட்டி அடுப்பில் சுட்டெடுக்கும் கரிமீனிற்கும் மரவள்ளி மாட்டிறைச்சிக்கும் சிரட்டைப் புட்டிற்கும் அதற்கென தனிச்சுவையும் பாரம்பரியமும் உண்டு.

நம் மக்களுக்கு முதலில் இப்படியான உணவுகளை சாப்பிடவும் அதைக் கொண்டாடவுமான வாழ்க்கை அமையட்டும்.

கேரளத்தின் உணவு விடுதிகளில் இப்போது அதிக இடத்தைப் பிடித்திருப்பது புதிய வரவான பரோட்டா என்பதை மறுக்க முடியாது. பாரம்பரிய உணவு விடுதிகளுக்கு வரிச்சலுகை கொடுக்கலாம் என்று யோசிக்கும் காலத்திலிருக்கிறோம். 'இது கடவுளின் ருசியுள்ள நாடு' என்று நம் உணவின் சுவை மூலம் எல்லோருக்கும் உணர்த்துவோம். வெளிநாட்டினர் வந்தாலும் இல்லையென்றாலும் மற்ற மாநில மக்களாவது வருவார்களே. இல்லையென்றாலும் நமக்காவது நல்ல சாப்பாடு கிடைக்குமே.

"அன்னம் பிரஹ்ம" என்றுதான் சொல்லியிருக்கிறார்கள். 'கடவுளின் நாடு' என்று சொல்லும் போதே நாம் நம்முடைய உணவையும் சேர்த்து யோசிக்கலாம். எத்தனையோ பாரம்பரியச் சமையல் கலைஞர்களுக்கு அது ஒரு வாழ்வாதாரத்தின் வழியுமாகலாம்.

நோன்பின் நினைவு

படப்பிடிப்பிற்காகத்தான் அந்த ஃபாக்டரிக்குப் போயிருந்தேன். ஷெட்டில் இரண்டு புதிய கார்கள் நிறுத்தப் பட்டிருந்தன. என் மனதில் லேசான பொறாமை பொங்கி எழுந்தது. ''எவன்டா இங்க ரெண்டு வெளிநாட்டுக்காரோட அலையறவன்?'' என்ற தலைக்கனம் என்னிலிருந்து மேலெழும் பியது. நான்போய் வண்டியிலிருந்து இறங்கியவுடன் ஃப்ரொடக்ஷன் ஆட்களும், அந்த நிறுவனப் பணியாட்களும் வந்தார்கள்.

''எம்.டி.யோட அறையில் போய் உட்காரலாம். வாங்க'' பணியாட்களில் ஒருவன் சொன்னான்.

''வேண்டாம். நான் இங்கேயே உக்காந்துக்கறேன்''.

''இல்ல சார். எம்.டி.யும் உங்களைப் பார்க்கணும்னு சொன்னார்''.

சட்டெனப் பொங்கி வந்த எரிச்சலை மறைத்தபடி சொன்னேன். ''பாக்கலாமே''.

எம்.டி.யிடம் காசிருந்தால் அது அவனுக்கு. எனக்கென்ன இருக்கிறது. சின்னச் சின்ன விஷயங்களுக்குக்கூட பொறாமைப்படும் காலமிது. எவ்வளவு பெரிய ஃபாக்டரி

முதலாளியாக இருந்தாலும் அவரிடத்திற்குக் கூப்பிடாமல், இறங்கி வந்தால் என்ன என்றும் தோன்றியது. கோடிக்கணக்கான ரசிகர்களைக் கொண்டிருக்கும் மம்முட்டியைத்தான் தன் இடத்திற்குக் கூப்பிடுகிறார் என்பது அவருக்குப் புரியவில்லையா?

சிறிது நேரத்திற்குப் பிறகு முதலாளி மாடியிலிருந்து இறங்கிவந்தார். கதரில் வெள்ளை உடையணிந்த மிகவும் குண்டான மனிதர்.

''என்னடா நான் கூப்பிட்டா வரமாட்டியா?''

அவர் கேட்டவுடன் என் கோபம் உடல் முழுக்கப்பரவி தலைக்கேறி கண்கள் சிவந்தன. இவன் யார் என்னை வாடா போடா என்று பேச?

''நீ பெரிய சினிமா நடிகன் தான். எனக்கும் தெரியும், ரொம்ப யோசிக்காம வாடா''

''அப்புறம் வரேன்''.

உரத்தகுரலில் சொன்னேன்.

''இவ்ளோ கௌரவத்தோட இருக்காத. நான் யார்னு உனக்குத் தெரியலதான?''

இந்தக் கேள்வியில் இழையோடிய அடக்கத்தையும் பிரியத்தையும் நான் ஒரு சேரக் கண்டுபிடித்து விட்டேன்.

''நான் பழைய குஞ்ஞுப்புடா''

ஃப்ளாஷ் பேக் போல மனதில் இருபத்தைந்து வருடங்கள் பின்னால் ஓடின.

என்னுடைய சொந்தக்காரரின் வீட்டு வராந்தாவில் நோன்பு நாட்களில் கண்களில் பசியையும் ஆவலையும் தேக்கி வைத்து, கஞ்சி வாங்கப் பாத்திரமுமாகக் காத்து நின்றிருந்த பையனின் முகம் கால ஓட்டத்தின் கை அழிப்பில் மாறாமல் தெளிவாகக் தெரிந்தது. நோன்பு நாட்களில் என் சொந்தக்காரர் வீட்டிற்கு எப்போதும் போவேன். ஆனால் மசூதியில்தான் முதல் முதலாகப் பார்த்தேன். மசூதியில் கடைசித் தொழுகையின் போது அவன் எப்போதுமிருப்பான். என்னிடம் மிகவும் மரியாதையோடு பேசுவான். எனக்குப் பத்து வயதே ஆகியிருந்தாலும் பெரிய வீட்டுப்பையன் என்கிற கர்வத்தோடு அலைந்து கொண்டிருந்தேன். வீட்டுவாசலில் நோன்புக் கஞ்சிக்காகப் பாத்திரத்துடன் காத்திருக்கும் அந்தக் கூட்டத்தை மிகுந்த அலட்சியத்தோடும், புறந்தள்ளிய பார்வையோடும் பார்த்து விட்டு உள்ளே போவேன். கண்களில் பசியையும் ஆவலையும் தேக்கி வைத்திருந்த அந்தப் பையன் இதோ என் முன்னால் விஸ்வரூபமெடுத்து நிற்கிறான்.

பிறகு, அவர் தான் பட்ட கஷ்டங்களையும், தன் வளர்ச்சியையும் கடவுள் தன்மீது காட்டிய கருணையையும் என்னிடம் பகிர்ந்து கொண்டார். இப்போது அவரிடம் இது போன்ற ஐந்து ஃபாக்டரிகள் இருக்கின்றன. தம்பிகளும் சில நிறுவனங்களைப் பார்த்துக் கொள்கிறார்கள். சகோதரிகளைப் பெரிய இடத்தில் கல்யாணம் செய்து கொடுத்திருக்கிறார். கற்பனைக்கும் எட்ட முடியாத அளவில் தன் சாம்ராஜ்யத்தை விரிவுபடுத்தி இருக்கிறார். பலமுறை உலக நாடுகளுக்குப் பயணித்திருக்கிறார். ஆனால் உடல் ரீதியாக சர்க்கரை, ரத்தஅழுத்தம், அல்சர் போன்ற வியாதிகள் இருப்பதால் விரும்பியதைச் சாப்பிட முடியவில்லை. டாக்டர்கள்

அறிவுறுத்தும் காய்களும் ஒரு பிடிச் சோறுமாக வாழ்க்கை போகிறது. அன்று ஒருவாய் கஞ்சிக்காகப் பல வீட்டு வாசலில் ஏறி இறங்கிய சிறுவன் இன்று நினைத்ததெல்லாம் கிடைக்கிற வாழ்விலும் பட்டினி கிடக்கிறான்.

பழைய கஞ்சிக்கு வீடுவீடாய் பாத்திரம் தூக்கிக்கொண்டு அலையும் அந்தச் சிறுவன் யாரும் யோசிக்கவே முடியாத விதத்தில் இப்படி வளர்ந்து நிற்பதற்கு அவர் எடுத்துக் கொண்டகாலம் மிகக்குறைவானதே. ஒவ்வொரு கஷ்டத்தையும் மன உறுதி கொண்டு மட்டுமே கடந்து சென்ற அவர் உண்மையில் வாழ்க்கையோடு மல்லுக்கட்டி நின்றிருக்கிறார். இளமையில் பட்ட கஷ்டங்களையும் துயரங்களையும் சமாளித்து வாழ்வின் வளர்ச்சியால் அதை ஈடுகட்டியிருக்கிறார். அவருடைய லட்சிய தாகம் ஒரு போதும் மாத சம்பளக்காரனாகவோ ஒருசொந்த வீட்டைக் கட்டிப் பார்த்துவிட வேண்டும் என்பதிலோ அடங்குவதாக இல்லை. நினைத்த ஒவ்வொரு விஷயத்தையும் சாதிக்கும் போதும் குஞ்ஞுப்பு தன் அடுத்த லட்சியத்தை கூடுதல் உயரத்துக்குத் தூக்கி வைத்தார். பிறகு பின்னாலேயே நூல் பிடித்துப் போய் அதைத் தன் வயப்படுத்தினார். மலைஏறி உச்சியைத் தொட நினைக்கும் ஒருவன் எப்படி ஒவ்வொரு சிகரத்தை அடையும் போதும் அடுத்த சிகரத்திற்குப் போகக்கூடிய மன, உடல் தைரியத்தை எனக்குக்கொடு என்று பிரார்த்தனை செய்வானோ அந்த மனநிலையில் குஞ்ஞுப்பு இருந்ததாக எனக்குத் தோன்றியது.

எம்.டி. வாசுதேவன் நாயரின் புதினங்களில் இப்படியான கதாபாத்திரங்களைப் பார்த்திருந்தாலும் வாழ்க்கையில், நேரில் ரத்தமும் சதையுமாய் அவரைப் பார்த்த போது வெளிப்படுத்த

முடியாத பக்திதான் அவர் மேல் ஏற்பட்டது. அவருடைய கஷ்டத்தை வேறு யாராவது பட்டிருந்தால் தகர்ந்து தாப்பணமாகிப் போயிருப்பார்கள். பட்டினி கிடக்கும் போதும் குஞ்னுப்பு வளமான வாழ்க்கையைக் கனவு கண்டிருந்தார். அவற்றை அடையும் வழியைத் தன் அடங்காப் பசியினூடாகத் தேடிக் கொண்டேயிருந்தார்.

இன்றைய குழந்தைகள் தேர்வில் மதிப்பெண் குறைந்தாலே தற்கொலையைப் பற்றி யோசிக்கிறார்கள். அவர்களுக்கு முன்னால் வாழ்வின் போராட்டத்தில் தோல்வியே இல்லை. பொறியியலும் மருத்துவமும் படிக்கும் நல்ல புத்திசாலிகள் என்று நாம் நினைக்கும் குழந்தைகள்கூடச் சின்னச்சின்னத் தோல்விகளில் ஏமாற்றங்களில் துவண்டு போகிறார்கள். சாதாரணமாக வீட்டில் திட்டினால்கூட தற்கொலை செய்து கொள்ளும் பிள்ளைகளின் புகைப்படத்தைப் பத்திரிகையில் பார்க்கும்போது, 'இந்த தளிர்களுக்கு என்ன நேர்ந்தது?' என மனம் விம்மி வெடிக்கும். தன் மரணம் மூலம் ஊதி அணைப்பது எத்தனையோ பேருடைய கனவுகளை உள்ளடக்கிய வெளிச்சத்தின் திரி தான் என்பது இப்படித் தப்பித்துப் போய்க் கொண்டிருப்பவர்களுக்கு தெரியாது. தகர்த்தெரியப்படுவது பலரின் இதயம் என்பதும் அவர்களுக்குத் தெரியாது. இன்னும் சிலர் தங்களுடைய கோபத்தை, பெற்றோரோடும் சமுதாயத்தோடும் தீர்த்துக் கொள்ள போதைப் பொருட்களைப் பயன்படுத்துபவர்களாகவும், குற்றவாளிகளாக மாறுபவர்களாகவும் இருக்கிறார்கள். போதைப் பழக்கத்திலிருந்து மீண்டு வந்த ஒரு இளைஞனின் முகம் என் நினைவில் வருகிறது. வாழ்வில் எல்லாவற்றையும் இழந்து தகர்ந்து போன முகம். இக்கட்டுகளின் முன்னால் மெழுகு போலக் கரைந்து ஒழுகுவது தங்களுடைய பெற்றோரின் முகங்கள்தானே

தவிர, தோல்விகளின் முகங்களல்ல என்பதை குழந்தைகள் உணரவேண்டும். குஞ்ஞுப்புவின் மனஉறுதியின் வெதுவெதுப்பான ஒரு துளி கணப்பு இந்தக் குழந்தைகளுக்கு இருந்தால் அவர்கள் போதைக்குழிக்குள் புதைந்து போயிருக்க மாட்டார்கள்.

என் சொந்த ஊர்க்காரனான இந்தப் பழைய பசி தின்னும் கண்களையுடைய பையன் வாழ்வின் கஷ்டங்களை, தன்னுடைய வளர்ச்சியின் சவாலாக ஏற்றுக் கொண்டவன். வரிசையாய் வந்த கஷ்டங்களை அதன் மீதேறி நின்று உதைத்துத் தள்ளி நீந்தி நீந்தி அவர் வெளியே வந்திருக்கிறார். ஏதோ ஒரு கவிஞன் சொன்னதை மனதில் ஏற்றுக் கொள்ளவேண்டுமென்று நினைக்கிறேன்.

'வாழ்க்கை தர மறுக்கும் எல்லாவற்றையும் வாழ்ந்து

வாழ்விடமிருந்து நான் வாங்கிக் கொள்வேன்.'

சொர்க்கவாசல் திறக்கும் இரவு

லைலத்துல்ஹதர்- சொர்க்கத்தின் கதவு திறக்கப்படும் ஓர் இரவு. பாவமன்னிப்பு என்ற பொருள் தரும் 'தௌபா'வின் கதவுகள் திறக்கப்படும் இரவு. விதி நிர்ணய இரவென்றும் சொல்லலாம். பாவங்களுக்குப் பரிகாரம் தேடவும், ஆசைகளை நிறைவேற்றுமாறும் கடவுளிடம் இறைந்து மன்றாடும் இரவு. சூரிய உதயம் முதல் அஸ்தமனம் வரை நீளும் ரம்சான் இரவில் கடைசி பத்து இரவுகளில் ஓர் இரவு தான் சொர்க்கவாசல் திறக்கும் 'லைலத்துல்ஹதர்' என்ற இரவு. கடைசி பத்து நாட்களில் என்றுதான் சொல்லப்பட்டிருக்கிறது. எந்த இரவு'லைலத் துல்ஹதர்' என்று எந்த இடத்திலும் சொல்லப்படவில்லை. அதற்கு ஏதாவது தனிச்சிறப்பான காரணம் இருக்கலாம். அதைப்பார்த்து அந்த இரவில், பாவங்களிலிருந்து மீண்டு வருவதும் புண்ணியங்களை ஏற்கவும் செய்யலாமே. மனிதனை மிகவும் அதிகமாகப் புரிந்துகொள்ள கடவுளால் மட்டுமே முடியும் என்பதால் தான் எந்த இரவென்று குறிப்பிட்டுச் சொல்லாமல் விட்டிருக்கலாம். அதனால் எல்லா நாட்களிலும் பிரார்த்தனைக ளுக்கு தங்களை உட்படுத்தவும், பாவங்களிலிருந்து தள்ளி நிற்கவும் ஒரே சிந்தனையோடு புண்ணியத்தைத் தேடிக்கொள்ளவும் இந்தப் பத்து நாட்களில் மனிதர்கள் ஆசைப்

படுகிறார்கள். செல்வந்தர்கள் இந்நாட்களில் மசூதிலேயே இருந்து தானதர்மங்கள் செய்து கொண்டிருப்பார்கள். எதைச் செய்தாவது கடவுளிடம் நெருங்க ஆசைப்படுகிறார்கள். இதெல்லாம் இறை நம்பிக்கை உள்ளவர்களுக்கு மட்டுமே. அது இல்லாதவர்களும் இருக்கிறார்கள்.

என் பால்யத்தின்போதான நோன்பும், நோன்பு திறப்பும் இப்போதும் என் மனதில் இருக்கிறது. மிகப்பெரிய உற்சாகமும் கொண்டாட்டமுமாக இருந்த நாட்கள் அவை. நோன்பு எடுக்க வேண்டுமென்று கட்டாயப்படுத்துவார்கள். நோன்பு எடுக்காதவர்களுக்கு வீட்டில் சாப்பாடு கிடையாது. நோன்பு திறக்கும்போதுதான் சாப்பாடு. அரபி படிப்பதும், குர்ரான் ஓதுவதும் தவிர அந்த நாட்களில் குழந்தைகளுக்கு வேறு வேலையில்லை. சர்வ சுதந்திரமானவர்கள் என்று சொல்லலாம்.

நான் ஆறாம் வகுப்பில் படித்துக் கொண்டிருந்தபோது வந்த நோன்பு காலத்தை என்னால் மறக்க முடியாது. அப்போது நான் செந்திரூரில் என்பாட்டியின் வீட்டில் தங்கிப் படித்துக் கொண்டிருந்தேன். நண்பன் யூசுப்புடன் காலையில் கொச்சியின் தீவுகளைப் பார்க்கச் செல்லலாம் என்று தீர்மானித்திருந்தேன். கப்பல், கடல், நகரம் என எல்லாவற்றையும் பார்த்து விட்டுத் திரும்புவதுதான் திட்டம். வீட்டில் சொல்லிக் கொள்ளாமல் போகும் பயணம் என்பதால் போகவர பஸ்சுக்குக்கூட கையில் காசில்லை. போகும்போது நடந்தும் நோன்பு திறப்பதற்குள் பஸ்சில் திரும்பி வரவும் தீர்மானித்திருந்தோம். பத்தோ இருபதோ பைசாதான் பஸ்சார்ஜ். சரியாக நினைவில்லை. நடப்பதாக இருந்தால் பன்னிரண்டு கிலோ மீட்டர்கள் போக வேண்டியதிருக்கும். அதனால் காலையிலேயே நடக்கத் தொடங்கினோம்.

நடக்க ஆரம்பித்த கொஞ்ச நேரத்திற்குள்ளாகவே வெயில் எரிக்க ஆரம்பித்துவிட்டது. அரூர், தோப்பும்படி. வெண்டுருத்திப் பாலம் எல்லாம் தாண்டும்போது வெயில் உச்சத்தில் ஏறியிருந்தது. யூசுப்பின் சொந்தக்காரர் பக்கத்துத் தீவில் இருக்கிறார். அங்கே போவதுதான் முதல் திட்டம். அதிகதொலைவு நடந்தபோதுதான் வீட்டைத் தவற விட்டுவிட்டோம் என்று உணர்ந்தோம். நோன்பு நாளாக இருந்ததால் தண்ணீர்கூடக் குடிக்காமல் நடந்தோம். பசியும் தாகமும் சகிக்க முடியவில்லை. கடைசியாக மிகவும் வேதனையோடு நடந்து, கேட்டுக்கேட்டு நான்கு மணிக்கு வீட்டைக் கண்டுபிடித்தால் அவர்கள் வீட்டிலில்லை. களைப்பின் உச்சத்தில் நிற்கக்கூடத் தெம்பில்லாமல் குழாய்த் தண்ணீரைப் பிடித்துக் குடித்து நோன்பை முடித்துக் கொண்டு திரும்பினோம். நோன்பு முடிக்கும் நேரம் ஆகாமல் நோன்பை முடிப்பது பெரிய துக்கம். வீடுவந்து சேரும்போதுதான் சரியான நேரம் ஆகியிருந்தது.

நான் நோன்பை முடிக்காததுபோல நடித்து எல்லோருடனும் சேர்ந்து கொண்டேன். கடைபிடித்த நோன்பைவிட இடையில் முறித்த அந்த நோன்புதான் மனதில் இன்றும் தங்கியிருக்கிறது.

லைலத்துல்ஹதர் காலத்தில்தான் மிகவும் அதிகமான தானங்கள் - சக்காத்து - செய்யப்படுகின்றன. நோன்பின் இருபத்தேழாம் இரவுதான் அந்த இரவென்று சிலர் நினைக்கிறார்கள். தானம்தான் தியாகம். நம்முடைய உணவைத் தியாகம் செய்கிறோம்; இச்சைகளைத் தியாகம் செய்கிறோம்; மோகங்களைத் தியாகம் செய்கிறோம்: தானம் செய்கிறோம்.

தானத்தைப் பற்றிய நினைவுகளில் என் வாப்பாவின் தானம் என்னிலிருந்து அகலாதது. வீட்டின் மேசையில் வாப்பா நாணயங்களை எடுத்து வைத்திருப்பார். காசு வாங்க ஆட்கள்

வரிசையாக வருவார்கள். என்னுடன் படிப்பவர்கள், உடன் குர்ரான் ஓதுபவர்கள் எனப் பலரும் அதில் இருப்பார்கள். "நீயெல்லாம் பாவப்பட்டவன்தானேடா...." என என்னுடைய தளிர் மனம் அன்று பலரையும் பார்த்து பல நேரங்களில் அகங்கரித்ததுண்டு. அன்று வாப்பாவின் அம்மா இருந்தார்கள். பாட்டிக்குப் பலரையும் பிடிக்காது. அவர்களுக்குத் தானம் கொடுத்தாலும் பாட்டியின் பார்வையில் ஒரு கோபம் தெரியும். பகைவனுக்குக்கூட தானம் கொடுக்க வேண்டிய நாட்கள் என்பதால் பேசாமல் இருப்பாள். அவ்வளவுதான்.

அப்புறம் 'ஃபிதர்சக்காத்து' தான். பெருநாள் தீர்மானமானவுடன் 'பெருநாள் நமஸ்காரம்' செய்வதற்கு முன்பு கொடுத்துத் தீர்க்க வேண்டிய தானம். மற்ற தானங்களுக்கு மேல்தான் இந்த தானிய தானம். பட்டினியாய் இருப்பவர்களுக்கு பெருநாள் தினத்திலாவது கஷ்டப்படாமல் சாப்பிட வேண்டும் என்பதனால் இந்தத் தானியதானம் மிக முக்கியமானது. எனவே பெருநாள் பிறைபார்த்த அன்றைய இரவு தானங்களின் இரவாகிறது. அடுத்த நாளின் விடியல் 'ஈத்வுல்ஃபிதர்'.

இப்போதெல்லாம் பிறை நிலவைத் தொலைக்காட்சி, வானொலி, தொலைபேசி இவற்றின் மூலமாகத்தான் நாம் பார்க்கிறோம். அன்றைக்கு இந்த வசதிகள் ஏதுமில்லை. இரவில் எல்லோரும் மசூதி வாசலில் நின்று நிலவின் சிறு நகக்கீறலாவது எங்காவது தென்படுகிறதா என்று பார்ப்போம். பிறை பார்த்து விரதங்களை முடிப்பது என்ற சந்தோஷம்தான் ஒவ்வொருவர் மனதிலும் இருக்கும். அந்தக் கொண்டாட்டத்திற்குள் லயித்துப் போக வேண்டிய ஏக்கம் எல்லோரிடத்திலும் உண்டாகும். குழந்தைகள் மறுநாள் புதுத் துணி கிடைக்கும் என்ற

சந்தோஷத்துடன் காத்திருப்போம். மசூதியிலிருந்து இரவு வாப்பா நிலவைப் பார்க்க முடியவில்லை என்று சொல்லிக்கொண்டே வருவார். வீட்டுப் பெண்கள் உடனே உணவு தயாரிக்க ஆரம்பித்து விடுவார்கள். ஏனென்றால் பிறை பார்க்காமல் மறுநாள் ரம்சான் இல்லாததால் அன்றும் நோன்பு இருக்க நேரும்.

ஆனால் பின்னிரவில் வயல் வரப்பில் தீப்பந்தங்களின் வரிசையைப் பார்க்கமுடியும். நிலாவைப் பார்த்து மன உறுதிப்படுத்தி, மறுநாள் சமைக்க அரிசி வாங்க வருபவர்களின் வரிசையாக இருக்கும் அது. இவர்களுக்காக மூட்டைகள் வாங்கி பத்திரப்படுத்தப்பட்டிருக்கும். தானங்கள் கொடுத்து முடியும் நேரம் அது. இரவு ஒருமணிவரை ஆட்கள் வந்தபடியே இருப்பார்கள். பெரியவர்கள் அங்காடிக்குப் போவார்கள். சமையலறையில் 'பத்திரி'யின் வாசனையும் வேறு பலகாரங்களின் வாசனையும் களைகட்டும். பெருநாளின் முந்தைய இரவில் நான் எப்போதும் தூங்கியதில்லை.

இப்போது நான் சம்பாதித்துச் சேர்த்து வைக்க ஆரம்பித்திருக்கிறேன். இதில் ஒரு பங்கை தானம் செய்யக் கடமைப்பட்டவனாகிறேன். ஆனால் முன்போல அரிசி தானமல்ல. வீடுகளுக்கு வந்து தானம் வாங்குபவர்களும் குறைந்து விட்டனர். வீடுகளில் போய் விசாரித்து நாம் தான் தானம் கொடுக்க வேண்டும்.

நம் வீட்டில் வந்து தானம் பெறவேண்டும் என்பதே நம் அகந்தைதான். கடவுளே அந்த அகந்தையைத் தளர்த்தியதாக இருக்கட்டும். தானம் பெறுபவரிடம் பொருட்களை நாம் தான் கொண்டுபோய்ச் சேர்க்க வேண்டும். அதற்கு மதமோ, ஜாதியோ, வர்க்கமோ, வர்ணமோ இல்லை. தானம் உலகெங்கும் பொதுவானது.

மற்றவர்கள் அறிந்து கொள்ளுமாறும், நாம் அறிவிக்குமாறும் செய்யும் தானம், தானமாக மதிக்கப்படாதென்றும் அதற்குப் புண்ணியம் இல்லையென்றும் குர்ஆன் சொல்லியிருக்கிறது. ஆனால், இப்போது பலருக்கும் அப்படியான தானத்தில்தான் ஆர்வம் கூடியிருக்கிறது. தானம் குண்டூசி அளவு செய்தாலும் விளம்பரத்துக்காகச் செய்யும் செலவு இருக்கிறதே, அது தானத்தை விடவும் பன்மடங்கானது. வலது கை கொடுப்பதை இடது கைக்குக் கூடத் தெரியாமல் செய்வதுதான் கடவுளை நெருங்கும் வழி என்பதை நாம் வசதியாக மறந்துவிடுகிறோம். சொர்க்க வாசல் திறக்கும் லைலத்துல்ஹதர் இரவுக்காகக் காத்திருக்கும் போது விளம்பரமில்லாத தானத்தின் மகத்துவம் நம் மனதில் நிறையட்டும் என்று பிரார்த்தனை செய்வோம்.

29.11.2002